RSS

ஒரு அறிமுகம்

கதைகள்

வழியே

கோ. கிருஷ்ணன்.

notionpress.com

INDIA • SINGAPORE • MALAYSIA

ISBN
Paperback 979-8-90584-434-8
Hardcase 979-8-90584-435-5

திரு. கோ.கிருஷ்ணன் எழுதிய "RSS ஒரு அறிமுகம் கதைகள் வழியாக" என்னும் புத்தகத்தில் இருந்து எடுக்கப் பட்டது என்கிற வரி (credit line) சேர்க்கப்படும் என்ற நிபந்தனையின் பேரில், இந்தப் புத்தகத்திலிருந்து ஒரு பத்தி அல்லது அத்தியாயத்தின் ஒரு பகுதியை உங்கள் புத்தகத்தில் மறுபதிப்பு செய்ய அனுமதி வழங்கப்படுகிறது.

முன்னுரை

(Prologue)

நூற்றாண்டு கண்ட ராஷ்டீரிய ஸ்வயம்சேவக சங்கம் (RSS) குறித்து பல புத்தகங்கள் வெளி வந்துள்ளன. எனினும் இந்த புத்தகத்தின் நோக்கம் ஆனது இதன் தலைப்பில் குறிப்பிடபட்டு உள்ளது போல கதைகள் வாயிலாக ஆர்எஸ்எஸ் அமைப்பை அறிமுகப் படுத்துவதே ஆகும். கதைகள் என்று சொன்னால் இட்டுக்கட்டி சொல்லப்படும் அல்லது எழுதப்படும் கட்டுக்கதைகள் என்றே பொதுவாக எண்ணத் தலைப்படுவர். ஆனால் ஆர்எஸ்எஸ் (RSS) அமைப்பை அறிமுகப் படுத்துவதற்காக இந்நூலில் நான் சொல்லி இருக்கும் கதைகள் அனைத்தும் புனைகதைகள் அல்ல, நான் அவற்றைக் கதைகள் என்று குறிப்பிட்டாலும், உண்மையில் அவை நிஜ வாழ்க்கைக் கதைகளே ஆகும்.

இந்தப் நூல் என் தந்தையிடமிருந்தும், என் மூத்தவர்களிடமிருந்தும், தினசரி RSS இன் தினசரி ஷாகாக்களிலோ (அதாவது தினசரி கூடுதல்களிலோ) அல்லது ஆர்எஸ்எஸ் முகாம்களிலோ நான் கேட்ட பல சுவாரஸ்யமான கதைகள் மற்றும் கருத்துக்களின் தொகுப்பாகவே இருக்கும் என்று நான் உங்களுக்கு உறுதி அளிக்கிறேன். இந்தப் புத்தகத்தின் அடிப்படைக் காரணம் அல்லது தூண்டுகோல் ஆனது எனது நீண்ட நாள் பால்ய நண்பர் ஸ்ரீ. N. மயில்வாகனன் அவர்களின் குறிப்பிட்டதொரு வேண்டுகோளே ஆகும். அது என்ன வெனில் புதியவர்களுக்கு ராஷ்ட்ரீய ஸ்வயம்சேவக சங்கத்தின் நோக்கம் மற்றும் சித்தாந்தத்தை எளிய வடிவில் தெளிவு படுத்துவதே ஆகும். நான் இந்த முயற்சியில் வெற்றி பெற்றுள்ளேன் என்றே

நம்புகிறேன். கட்டுரை வடிவில் அன்றி, கதை வடிவில் அமைய ஆலோசனை கூறிய என் சகோதரர் திரு சுந்தர் அவர்களுக்கும், புத்தகம் எழுதிட உறுதுணையாக இருந்த எனது துணவியார் திருமதி சுமதி அவர்களுக்கும், சிறப்பாக அச்சிட்டு கொடுத்து, முகப்பு பக்கத்தில் சிறப்பான முறையில் அட்டைப்படம் அமைத்துக் கொடுத்த பதிப்பாளர்களுக்கும், மற்றும் ஊக்கம் கொடுத்த நணபர்களுக்கும் என் நன்றிகள பல. இந்த புத்தகத்தில் ஏதும் பிழைகள் இருப்பின் அதை திருத்திக் கொள்ள உதவினால் மகிழ்ச்சி அடைவேன். இந்நூலை படித்திட தங்களது பொன்னான நேரத்தை செலவிட முன் வந்துள்ள எனது வாசகர்களுக்கும் என் மனமார்ந்த நன்றிகளை தெரிவித்துக் கொள்கிறேன்.

G. கிருஷ்ணன்.

பொருளடக்கம்

(Index)

1. சேலம் கோட்டை மாரியம்மன் கோவில் திருவிழா.

கதை 1 :

என் தந்தை சொல்லும் இரவுநேர கதைகள் ஒன்றில் இருந்து துவங்குகிறேன். நான் அவற்றை கதைகள் என்று குறிப்பிட்டாலும், உண்மையில் அவை புனை கதைகள் அல்ல. இந்நூலின் முன்னுரையில் குறிப்பிட்டு இருப்பது போல அவை நிஜ வாழ்க்கை கதைகளே ஆகும்,. 1940 களில் சேலம் நகரில் நடந்த, தான் பார்த்த மற்றும் பங்கு பெற்ற ஒரு நிகழ்வை என் தந்தை விவரித்தார்.

அந்த சம்பவம்:-

1930 களில் சேலம் நகரத்தில் கோட்டை மாரியம்மன் கோயிலுக்கு மிக அருகில் ஒரு புதிய மசூதி கட்டப் படுவதாகவும், இது போன்று கோவில் அருகே மசூதி கட்டப் படுவதனால், எதிர்காலத்தில் கோயிலின் வருடாந்திர திருவிழாக்களின் போது பிரச்சினைகளை ஏற்படுத்தக் கூடும் என்றும் சிலர் அச்சம் தெரிவித்தனர்.

அந்த 600 ஆண்டுகள் பழமையான கோயிலின் திருவிழாக்கள், கோயிலுக்கு மிக அருகில் ஒரு மசூதி கட்டப் படுவதால், தடைபடல் கூடாது என்று சேலம் கலெக்டர் இடம் ஒரு மனுவும் கூட கொடுக்கப் பட்டது. ஆனாலும் அந்த மசூதி கோயிலுக்கு மிக அருகில் கட்டப் பட்டு விட்டது, இன்றும் அது சேலம் நகர் கோட்டை பகுதியில் பெரிய மசூதி என்று அறியப் படுகிறது.

1945 ஆம் ஆண்டில், வருடாந்திர மாரியம்மன் கோயில் திருவிழாவின் போது, முக்கிய திருவிழா ஊர்வலத்திற்கு நான்கு நாட்களுக்கு முன்பு, 50 பெண்கள் மற்றும் 15 பதின்மவயது (teenage) சிறுவர்கள் கொண்ட ஒரு மாவிளக்கு ஊர்வலம் கோவிலுக்கு சென்றது. திடீரென்று சுமார் 20 முதல் 30 முஸ்லிம் இளைஞர்கள் ஊர்வலத்தில் இறங்கி, ஊர்வலத்தில் இருந்த பெண்களை தாக்கினர். அவர்கள் பெண்களின் கைகளை பிடித்து இழுத்தனர்; தகாத முறையில் தொட்டனர். எனவே அந்தப் பெண்கள் தங்கள் மாவிளக்கு தட்டுகள் மற்றும் பிற நிவேதன பொருட்களை போட்டு விட்டு, சிதறி ஓடிவிட்டனர். அந்த சம்பவம் ஊரில் உள்ள அனைவரையும் அதிர்ச்சிக்கு உள்ளாக்கியது.

கோயில் விழாக்குழு ஒன்று கூடி, விழாவின் பிரதான கம்பம் ஊர்வலத்திற்கு போலீஸ் பாதுகாப்பு அளிக்குமாறு காவல் துறையினர் இடம் மன்றாடியது.

ஆனால் அப்போது (1945ல்) இரண்டாம் உலகப் போர் நடந்து வந்தது.. ஸ்ரீ சுபாஷ் போஸ் அஸ்ஸாம் மற்றும் வங்காளத்தின் கதவுகளைத் தட்டுவதாலும், சுபாஷ் சந்திர போஸ் காரணமாக வடக்கு மற்றும் கிழக்கு இந்தியாவில் இராணுவ இந்திய சிப்பாய்கள் மற்றும் போலீஸார் இடையே கூட அமைதி இன்மையும், ஒத்துழையாமையும் நிலவத் தொடங்க்கியதாலும், சேலம் உள்பட பெரும்பாலான தென் இந்திய நகர காவல் துறையினர் கல்கத்தா மற்றும் அசாமுக்கு திருப்பி விடப்பட்டு இருந்தனர். எனவே கோயில் ஊர்வலத்திற்கு பாதுகாப்பு அளிக்க முடிய வில்லை என்று நிர்வாகம் கூறி விட்டது. கனத்த இதயத்துடன் கோயில் குழு பிரதான ஊர்வலத்தை கைவிட முடிவு

செய்தது. ஆனால் கோயில் குழு உறுப்பினர்கள் சிலர் அதை கடுமையாக எதிர்த்தனர். RSSஇன் சேலம் நகர் செயலாளராக இருந்த ஒருவர் அப்போது RSS சார்பாக, ஊர்வலத்தின் பாதுகாப்பை தாம் கவனித்துக் கொள்வதாக உறுதி அளித்தார். எனவே வழக்கம் போல் ஊர்வலத்தை நடத்த முடிவு செய்யப்பட்டது.

சேலத்தில் குகை பகுதியில், ஆர்.எஸ்.எஸ். ஷாகாவின் வலுவான ஒரு கிளை பிரிவு இருந்தது. ஊர்வலத்திற்கு பாதுகாப்பு அளிக்கும் பொறுப்பு அந்தப் பிரிவுக்கு வழங்கப் பட்டது. அந்தப் பிரிவின் பெரும்பாலான உறுப்பினர்கள் கர்நாடகா விலிருந்து குடி பெயர்ந்த 'ஜேடர்கள்' என்ற சமூகத்தைச் சேர்ந்த நெசவாளர்கள் ஆவர். பகலில் நெசவு வேலை செய்வதற்கும், மாலை நேரங்களில் ஆர்.எஸ்.எஸ். ஷாகாக்களில் “சிலம்பம்” அல்லது “தண்டயுத்த” என்னும் தடிவரிசை பயிற்சி செய்வதற்கும் அவர்கள் தடிகளைப் பயன்படுத்துவர்.

முக்கிய ஊர்வல நாளில், அந்தப் பிரிவை சேர்ந்த 30 ஆர்.எஸ்.எஸ். உறுப்பினர்கள் ஊர்வலத்தில் இணைந்தனர். ஊர்வலத்தின் பின் பகுதி இல் ஒரு குதிரை வண்டியில் 30 தடிகள் ஏற்றப் பட்டன. காவல் துறையினர் பாதுகாப்பு வழங்குவதில் இருந்து விலகிக் கொண்டதை அறிந்ததும், முஸ்லிம் இளைஞர்கள் துணிந்து ஊர்வலத்தை தாக்கினர்.

உடனே ஆர்.எஸ்.எஸ். நகர் செயலாளர் 'ஹக்ரோ' என்று கட்டளை இட்டார். அது ஒரு கன்னட வார்த்தை. இதன் அர்த்தம் 'அடி' என்பதாகும். ஆர்.எஸ்.எஸ். உறுப்பினர்கள் வண்டியில் இருந்த தடிகளை எடுத்து, பிரச்னை செய்தவர்களை அடி வெளுக்கத் தொடங்கினர்.

அந்த முஸ்லிம் இளைஞர்கள் மசூதிக்குள் விரைந்தனர். ஆர்.எஸ்.எஸ் காரர்கள் அங்கு அவர்களை பின் தொடர்ந்தனர். அவர்கள் சுவர் ஏறி சுல்தான் பேட்டைக்கு தப்பிச் சென்றனர். ஆர்.எஸ்.எஸ். உறுப்பினர்கள் அங்கும் அவர்களைப் பின் தொடர்ந்தனர்.

பிறகு குறும்பு செய்தவர்களில் 50 பேர் கை கால்கள் உடைந்த நிலையில் சேலம் GH இல் அனுமதிக்கப் பட்டனர். பிறகு ஊர்வலம் தடையின்றி நன்றாக நடந்தது.

பின்னர் கலெக்டர் தலைமையில் தாசில்தார் ஒரு அமைதிக் குழுவை கூட்டினார். ஊர்வலம் சத்தமாக இருந்தது என்றும், பிரார்த்தனை அமைதியாக நடத்த முடியவில்லை என்றும் ஒருவர் புகார் தெரிவித்தார். சாலைகள் பொதுவான இடங்கள் என்றும், அவை எந்த ஒரு குழுவின் சொத்து ஆகவும் இருக்க முடியாது என்றும் ஆர்.எஸ்.எஸ். செயலாளர் கருத்து தெரிவித்தார்.

அப்போது என் தந்தை குறுக்கிட்டு, “பெரிய மசூதிக்கு முன்பாக ஒரு கழுதை கத்துவதை நான் பார்த்தேன். போக்குவரத்து நெரிசல் காரணமாக அந்தச் சாலை முழுவதும் ஒரு ஜீப் முழுவீச்சில் ஹாரன் அடித்துக் கொண்டே சென்றது என்றும், கழுதை கத்துவதையும், பரபரப்பான சாலையில் வாகன ஹாரன் சத்தத்தையும் நீங்கள் தடுப்பீர்களா?" என்றும் அவர் கேட்டார். இதற்கு மௌல்வி ஒருவர் கருத்து தெரிவித்தார். “வெளிப்புற ஒலியால் தொழுகை தொந்தரவு செய்யப்பட்டது என்று அர்த்தமில்லை. நாம் பிரார்த்தனையில் கவனம் செலுத்தும் போது, எந்த ஒலியும் நம்மைத் திசைதிருப்ப முடியாது. ஆனால்

முஸ்லிம்கள் ஆகிய நாங்கள் ஆளும் வர்க்கத்தினர். எனவே நமது மசூதிக்கு மரியாதை அளிக்க பட வேண்டும் என்பதே முக்ய விஷயம் ஆகும்." என்று கூறினார்.

இதற்கு ஆர்.எஸ்.எஸ் செயலாளர், "சாலைகள் அனைவருக்கும் பொதுவான இடங்கள் என்றும், அவை எந்த ஒரு குழுவின் சொத்து ஆகவும் இருக்க முடியாது" என்பதையும் மீண்டும் ஒருமுறை வலியுறுத்தினார். மேலும் 'இது மெட்ராஸ் பிரசிடென்சி, (அதாவது மெட்ராஸ் மாகாணம்) இங்கு முஸ்லிம் ஆட்சி என்பது முடிந்து போன ஒரு விஷயம்" என்றும் கருத்து தெரிவித்தார். அப்பொழுது சேலம் நகர காவல் ஆய்வாளர் ஆக இருந்தவர் ஒரு முஸ்லிம் ஆவார். அவர் கூறினார் "அடுத்த ஆண்டு வருடாந்திர மாரியம்மன் கோவில் திருவிழா தொடங்குவதற்கு முன்பாக, அமைதியை உறுதி செய்வதற்காக, இந்த ஆர்.எஸ்.எஸ் செயலாளர் கைது செய்யப் படுவார்" என்று கருத்து தெரிவித்தார். இதற்கு ஆர்எஸ்எஸ்காரரர், "தான் கைது செய்யப் படுவதைப் பற்றி தான் சிறிதும் கவலைப்பட வில்லை. ஆனால் ஆர்.எஸ்.எஸ் உறுப்பினர்கள் விஷமிகளின் தலையில் அடிக்காமல் இருந்ததற்க்கு காரணம் தன்னுடைய கட்டளை தான் என்பதை கவனத்தில் கொள்ள வேண்டும். தனது உறுப்பினர்களை கட்டுப்படுத்த தான் அருகில் இல்லை என்றால், கால்கள் உடைவதற்கு பதில், தலைகள் உடைய கூடும் என்றும், உயிரிழப்புகளும் ஏற்படும் என்றும், உங்களுக்கு இது சம்மதமா? என்று ஆலோசித்துக் கொள்ளுங்கள்" என்றும் கூறினார்.

அப்போது கோவில் கமிட்டி உறுப்பினர் ஒருவர் இன்ஸ்பெக்டர் தனது கூற்றை வாபஸ் பெற

வலியுறுத்தினார். அதன் பிறகு அக்கூட்டம் கூச்சல் குழப்பமாக மாறியது, அதன் மத்தியில் அமைதிக்குழு கூட்டம் பாதியிலேயே முடிவுக்கு வந்தது. அந்த சம்பவத்திற்குப் பிறகு, அடுத்த ஆண்டு சேலத்தில் ஆண்டுதோறும் நடைபெறும் கோயில் திருவிழா நடக்கிற பத்து நாட்களும் அந்த பெரிய மசூதி மூடப் பட்டது. பிரச்னைகள் ஏற்படாமல் இருப்பதற்காக, அங்கு வழிபட விரும்பு வோர்களை அடுத்துள்ள பகுதியில் உள்ள சின்ன மசூதிக்கு திருப்பி விடப்பட்டதை என் தந்தை நினைவு கூர்ந்தார். அந்த சம்பவத்திற்குப் பிறகு சுமார் மூன்று ஆண்டு காலம் இந்த நடைமுறை தொடர்ந்தது.

கருத்துகள் :

1. RSS என்னும் சொல்லின் விரிவாக்கம் ஆனது Rastriya Swayamsevak Sangh என்பதாகும்.

2. RSS என்றால் Ready for Selfless Service என்றும் ஒரு பொருள் கொள்ளலாம்.

பாரதம் இந்தியா - பாக்கீஸ்தான் எனத் துண்டாடப் பட்ட துயர சம்பவத்தின் போது, மேற்கு பாகிஸ்தானிலும், கிழக்கு பாகிஸ்தானிலும் RSS இயக்கத்தின் தொண்டர்கள் ஆயிரக்கணக்கில் இருந்தார்கள். அவர்கள் உயிர்த்தியாகம் செய்து, இலட்ச க்கணக்கான இந்துக்கள் தப்பி பிழைத்து இந்தியா வர உதவினர். அப்படி உயிர் தப்பி இந்தியாவுக்கு வந்த இந்துக்கள் மற்றும் சீக்கியர்கள் சிலர் RSS என்றால் Ready for Selfless Service என்று குறிப்பிட்டார்கள். அதனையே மேலே எழுதி உள்ளேன்.

சோகவரலாறு ஆன தேசப் பிரிவினையின் போது சங்க ஸ்வயம்சேவர்களின் பணி பற்றி பேராசிரியர் திரு A.N.பாலி அவர்கள் தனது Now it can be told என்னும் புத்தகத்தில், "அந்த கடினமான காலகட்டத்தில் மக்களை பாதுகாக்க யார் முன் வந்தார்கள்? RSS என்னும் இயக்கத்தினரை தவிர" என எழுதினார்.

1947 இந்தியப் பிரிவினையின் போது, லட்சக்கணக்கான இந்துக்கள் மற்றும் சீக்கியர்கள் பாகிஸ்தானில் இருந்து இந்தியாவிற்கு பாதுகாப்பாக இடம் பெயர்வதற்கு ஆர்.எஸ்.எஸ் தான் காரணம் என்பதையும் கூட என் தந்தை நினைவு கூர்ந்தார்.

நிகழ்வுகள்

1.சேலம் நிகழ்வும், தேச பிரிவினையின் துயர வரலாறும், அவற்றில் RSS இன் பணிகளும் எனக்குள் ஆர்.எஸ்.எஸ் இல் சேர வேண்டும் என்ற வலுவான விருப்பத்தை ஏற்படுத்தின.

2. 1975 இல் தேர்தல் முறைகேடு வழக்கில் பிரதமர் திருமதி. இந்திரா காந்திக்கு எதிராக தீர்ப்பு வந்ததால், தனக்கு ஏற்ப்பட்ட நெருக்கடியை தவிர்க்க, நாட்டின் மீது நெருக்கடி நிலையை பிரகடனம் செய்தார் இந்திரா. நாட்டின் மீது விதிக்கப்பட்ட கொடூரமான அவசர நிலையை எதிர்த்துப் போராடியதற்காக திருமதி இந்திரா காந்தி அரசினால் ஆர்.எஸ்.எஸ் 1975 இல் தடை செய்யப்பட்டது. RSS முதல் முறையாக தேர்தலில் ஈடுபட்டது. திருமதி இந்திரா காந்திக்கு எதிராக பிரசாரகர்கள், உருப்பினர்கள் என அனைவரையும் பிரசாரத்தில் ஈடு படுத்தியது. 1977 ஆம் ஆண்டு மக்களவை தேர்தலில் திருமதி காந்தி

தோற்கடிக்கப்பட்டார். அதன் பிறகு ஆர்எஸ்எஸ் மீதான தடை நீக்கப் பட்டது.

3. தடை நீக்கப்பட்ட பிறகு ஆர்.எஸ்.எஸ் முதல் முறையாக ஒரு வெகுஜன தொடர்பு நிகழ்ச்சியை நடத்தியது, 1978 ஆம் ஆண்டு தொடர்பு திட்டத்தின் ஒரு பகுதியாக, ஈரோடு நகரில் ஆர்.எஸ்.எஸ் இன் பொதுக்கூட்டத்தில், இந்து சமூகம் சந்தித்து வரும் பலவித இன்னல்கள் குறித்து ஸ்ரீராமகோபாலன்ஜி அவர்கள் உரை ஆற்றினார். அப்போது பெயர் கொடுத்து, நானும், எனது அண்ணன் திரு சுந்தரும் RSS இல் இணைந்தோம்,

4. ஆர் எஸ் எஸ் ஒரு பாஸிச அமைப்பு என்று பிரசாரம் செய்து வருகிற, மற்றும் காலமெல்லாம் ஆர்எஸ்எஸ் இயக்கத்துக்கு எதிராக பேசி வரும் விடுதலை சிறுத்தைகள் கட்சி தலைவர் திரு. திருமாவளவன் மதுரையில் தனது கட்சி ஊழியர்கள் மத்தியில் கூறி இருப்பதை பார்த்தால் வியப்புதான் மேலிடுகிறது.

2018-ல் அக்டோபர் 19-ம் தேதி குன்னத்தூர் ஆறுமுகம் எனும் Youtube பக்கத்தில் "RSS இன் பெருமையை பேசும் தொல். திருமாவளவன்" என்ற தலைப்பில் ஒரு வீடியோ பதிவு இடப்பட்டு இருந்தது. அத்துடன் திரு .தொல்.திருமா வளவன் பேசிய அந்த வீடியோவும் கூட அந்த பதிவுடன் இணைக்கப்பட்டு இருந்தது.

அந்த வீடியோவில் அவர் கூறிய செய்திகளை தொல். திருமாவளவன் அவர்கள் பின்னர் மறுக்கவும் இல்லை என்பது இங்கே குறிப்பிடத்தக்கது.

அதில் அவர் பேசியதாவது. “ஆர்.எஸ்.எஸ் இயக்கத்துடைய மாநில தலைவர் யார் என்று உங்களுக்கு தெரியுமா? மதுரை மாவட்ட தலைவர் யார்

என்று உங்களுக்கு தெரியுமா? ஏன் தேசிய தலைவர் பெயர் உங்களுக்கு தெரியுமா?. அவர்கள் தங்களுடைய பெயரை போஸ்டர்களில், துண்டு அறிக்கையில் அச்சிட்டது உண்டா? என்றைக்காவது மேடையேறி பேசியது உண்டா? தன் தலைவர் பின்னால் நின்றால் தான் தன்னுடைய முகம் தொலைக்காட்சியில் தெரியும் என மேடையில் முண்டியடித்து ஏறியதுண்டா?

நான் ஏன் பின்னால் உட்கார வேண்டும், நானும் முன்னால் தான் உட்காருவேன் என யாராவது முண்டியடித்து முன் வரிசையில் உட்கார்ந்ததை பார்த்தது உண்டா? ஆனால், அர்ப்பணிப்போடு பணி ஆற்றுகிறார்கள். இன்னொன்றையும் சொல்கிறேன், அவர்கள் முழுநேர ஊழியர்கள். இந்தியா முழுவதும் 13,000 பேர்கள் இருக்கிறார்கள். அந்த 13,000 பேரும் திருமணம் செய்து கொள்ளாமல் இருக்கிறார்கள். முழு நேர ஊழியர்களாக இருக்கிறார்கள். அவர்களுக்கு எம்.எல்.ஏ ஆசை கிடையாது, எம்.பி ஆசை கிடையாது, மந்திரி ஆசை கிடையாது, அவர்களுக்கு விளம்பர ஆசை கிடையாது, ஆனால் தம் வாழ்வை முழுமையாக ஒப்படைத்துக் கொண்டு பணி ஆற்றுகிறார்கள். அந்த தியாகத்தை நீங்கள் புரிந்து கொள்ள வேண்டும். எதற்காக? அவர்களுக்கு ஒரு நோக்கம் இருக்கிறது. ஒரு கடமை உணர்ச்சி இருக்கிறது. அவர்கள் உள் வாங்கிக் கொண்ட கொள்கையின் மீது மிகப்பெரிய பிடிப்பு இருக்கிறது.."

"இது போலவே நாமும் கடமை உணர்ச்சி உள்ள ஊழியர்களை உருவாக்கினால் மட்டுமே நமது கட்சியை அடுத்த நிலைக்கு உயர்த்த முடியும்", என தனது ஊழியர்கள் மத்தியில் கூறுகிறார் அவர்.

2. டாக்டர்ஜி ஸ்ரீ ஹெட்கேவார்.

கதை 2 :

சங்க ஸ்தாபகர் டாக்டர் கேசவ பலிராம் .
ஹெட்கேவாரின கதை. (1889 - 1940)

சங்கத்தைப் பற்றி அறிய வேண்டுமானால், சங்க ஸ்தாபகரின் வாழ்வையும், அவர் எந்த நோக்கத்திற்காக சங்கத்தை துவக்கினார் என்பதையும் அறிய வேண்டியது மிக மிக அவசியம். நாக்பூர் நகரத்தில் யுகபுருஷர் கேசவர் பிறந்தார். அந்நகரில் ஸ்ரீ பலிராம் பந்த் மற்றும் ஸ்ரீமதி ரேவதிபாய் தம்பதியினருக்கு மூன்று ஆண் மற்றும் மூன்று பெண் என ஆறு குழந்தைகள். அத்தம்பதியினர்க்கு ஐந்தாம் குழந்தையாக 1889 ஆம் ஆண்டு யுகாதி அன்று (01-04-1889) பிறந்தவர் கேசவன். அவரது வாழ்க்கையை நான்கு பகுதிகளாக பிரிக்கலாம்.

1. பள்ளிப்பருவம். (1889-1909)

2. புரட்சியாளராக வாழ்ந்த காலம் (1910-1922)

3. தீவிரவாதியாக காங்கிரஸில் திலகர் அணியில் பணியாற்றியது (1916-1931).

4. சங்கத்தை (RSS) நிருவி நிலைபெறச் செய்தது. (1925-1940).

(அவர் புரட்சியாளராக இருந்த காலத்திலும் மற்றும் சங்கத்தை துவக்கி, நடத்தி வந்த காலத்திலும் கூட காங்கிரஸிலும் அவர் பணி ஆற்றி வந்தார் என்பது இங்கு குறிப்பிடத் தகுந்தது.)

அவர் பிறவி தேசபக்தராக விளங்கினார். இங்கிலாந்து மஹாராணி பதவியேற்று 60 ஆண்டுகள் நிறைவை ஒட்டி பிரிட்டிஷ் அரசினால் வைரவிழா 1997ல் சிறப்பாக கொண்டாடப் பட்டது. அலுவலகம், கல்லூரி மற்றும் பள்ளிகளில் இனிப்புகள் வழங்கப் பட்டன. மற்ற குழந்தைகள் இனிப்பை உண்டனர். ஆனால் கேசவ் அதனை குப்பைத் தொட்டியில் எறிந்தான். எட்டு வயது கேசவனுக்கு ஆங்கிலேய அரசியின் முடிசூட்டும் விழாவினை கொண்டாட சம்மதம் இல்லை. இதே போன்று நான்கு ஆண்டுகளுக்கு பின்பும் ஒரு நிகழ்வு. 1901 ஆம் ஆண்டு ஏழாம் எட்வர்ட் இங்கிலாந்து அரசராகவும், ஹிந்துஸ்தானத்தின் சக்ரவர்த்தியாகவும் முடி சூடினார், நாகபுரியிலும் அதை ஒட்டி ஒரு வாணவேடிக்கை ஏற்பாடு ஆகி இருந்தது. அனைவரும் அதை காணச் சென்ற போதும், அதை காணச் செல்லுதல் கேவலமான செயல் என்று கூறி செல்ல மறுத்து விட்டான் கேசவன். நீல் சிட்டி உயர்நிலைப் பள்ளியில் படிக்கும் போது வந்தேமாதரம் கோஷம் இட்டதாலும், அது தவறு என ஏற்றுக் கொள்ளாததாலும் கேசவன்

பள்ளியில் இருந்து நீக்கப் பட்டான். பிறகு தேசிய பள்ளியில் சேர்ந்து கல்வியை தொடர்ந்தான்,

1910 இல் மருத்துவம் பயில கல்கத்தா சென்ற கேசவர் அங்கிருந்த புகழ் பெற்ற அனுசீலன் சமிதி என்கிற புரட்சிகர குழுவில் ஒரு உருப்பினர் ஆனார். அதில் அவர் “கோக்கன்” என்ற ரகசிய பெயரில் அறியப் பட்டார். கேசவர் அக்குழுவில் உயர்மட்டகுழு உருப்பினராகவும் ஆனார் என்று திரைலோக்கிய நாத் சக்ரவர்த்தி தனது நூலில் குறிப்பிடுகிறார். 1916 இல் நாகபுரி திரும்பிய பின் அவர் பாவுஜி கார்வே என்பவருடன் இணைந்து “கிரந்தி தள்” என்னும் புரட்சிகர அமைப்பை நிருவினார். பலரை அக்குழுவில் இணைத்தனர். கங்காபிரசாத் பாண்டே தலைமையில் 20 பேர் கொண்ட புரட்சிகர குழுவை ராஜஸ்தானுக்கு அனுப்பினர். கேசவர் பணம் சேகரித்து, ஆயுதம் வாங்கி, நாட்டின் பல பகுதிகளுக்கும் அனுப்பினார். 1918 இல் இங்கிலாந்து தலைமையில் ஆன நேச நாடுகள் முதல் உலகப் போரில் வெற்றி பெற்ற பின், அது புரட்சிகர குழுக்களுக்கு பெரும் பின்னடைவு ஆயிற்று. பிறகு அவை வலிமை இழக்க துவங்கின.

திலகர் “சுதந்திரம் எனது பிறப்புரிமை” என்ற கோஷத்தை முன்வைத்தார். திலகர் தலைமை யிலான அணி காங்கிரஸில் தீவிரவாத அணி என்று அறியப் பட்டது. நாகபுரியில் திலகர் அணியினர் ‘ராஷ்ட்ரீய மண்டல்’, ராஷ்ரீய உற்சவ்

மண்டல்" என்னும் அமைப்புக்களை துவங்கினர். கல்கத்தா வில் இருந்து மருத்துவ படிப்பை முடித்து திரும்பிய கேசவர் வெள்ளையரின் அரசின் கீழ் டாக்டர் ஆக தொழில் புரிய விரும்பவில்லை. டாக்டர் கேசவர் ராஷ்ரீய உற்சவ் மண்டல் இன் காரியதரிசி ஆக பணியாற்றினார்.

அரவிந்த கோஷ் என்னும் வங்காள புரட்சி வீரர் மனமாற்றம் ஏற்பட்டு ஸ்ரீஅரவிந்தர் ஆனார். அவர் பாண்டிச்சேரியில் ஆஸிரமம் துவக்கி ஆன்மீக பணியில் ஈடுபட துவங்கினார்.

1920 இல் திடீர் என திலகர் மறைவினால் வெற்றிடம் ஏற்படவே, நாகபுரியின் மூத்த காங்கிரஸ் உருப்பினர் ஆன டாக்டர் மூஞ்சே உடன் டாக்டர் கேசவரும் பாண்டிச்சேரி சென்று, ஒதுங்கி இருந்த அரவிந்தரை 1920 நாகபுரியில் நடைபெற இருந்த காங்கிரஸ் மாநாட்டிற்கு தலைமை ஏற்க வருமாறு அழைத்தனர். அவர் மறுத்து விடவே, பிறகு திரு. லாலா லஜபதிராய் தலைமையில் நாகபுரியில் அம்மாநாடு நடைபெற்றது.

நாகபுரி மாநாட்டில் தீர்மானித்த படி காங்கிரஸ் முழு ஒத்துழையாமை இயக்கம் மற்றும் கலீபா ஆட்சியை மீட்பதற்கான கிலாபத் இயக்கத்திலும் ஈடுபட்டது. மத்திய பாரதத்தின் பல பகுதிகளிலும், கேசவர் ஒத்துழையாமை இயக்கத்திற்கு ஆதரவாக பிரச்சாரம் செய்தார். எனவே அவர் மே

1921 இல் கைது செய்யப் பட்டார். 14-6-1921 இல் துவங்கிய வழக்கில் அவர், “இந்தியா இந்தியர்களுக்கே சொந்தமானது. எனவே நாங்கள் முழு சுதந்திரம் கோருகிறோம்” என்று கூறி, தனது வாக்குமூலத்தையும் சமர்ப்பித்தார். அதை பார்த்த நீதிபதி இந்த வாக்குமூலம் அவர் பேசியதாக காவல் துறையினர் சமர்ப்பித்த பேச்சை விடவும் இராஜ துரோகமாக உள்ளது என வியப்பினை தெரிவித்தார். மேலும் ஓராண்டு கடுங்காவல் தண்டனையும் விதித்தார். ஓராண்டு கடுங்காவலுக்கு பின் அவர் ஜூலை 1922 இல் விடுதலை செய்யப்பட்டார்.

முதல் உலகப் போரில், துருக்கியை வென்று, கலீபா ஆக இருந்த துருக்கி சுல்தானை பிரிட்டன் நாடு கடத்தியதாலும், அதன் பின்னர் துருக்கி குடியரசின் ஆட்சித் தலைவராக பொறுப்பு ஏற்ற கமால் பாஷா அட்டா துர்க் என்பவர் துருக்கியில் மதசார்பற்ற ஆட்சியை நிருவி, கலீபா பதவியை ஏற்க மறுத்து விட்டதாலூம், உலக அளவில் கிலாபத் இயக்கம் தோல்வி அடைந்தது, அதன் பின் பிரிட்டிஷ் அரசின் கடுமையான அடக்குமுறைகளால் பாரத்திலும், கிலாபத் இயக்கம் ஒடுக்கப்பட்டு தோல்வி அடைந்தது.

எனவே அதன்பின் முஸ்லிம்கள் அந்த கோபத்தை இந்துக்கள் மீது திருப்பினர். இந்து முஸ்லிம் கலவரங்கள் நடந்தன. இந்தியா முழுக்க

ஆயிரத்து ஐநூறு இந்துக்கள் கொல்லப் பட்டனர். கேரளாவில் மலப்புரம் மாவட்த்தில் 1921ல் ஏற்ப்பட்ட மாப்ளா கலவரத்தில் மட்டுமே ஆயிரம் இந்துக்கள் கொல்லப் பட்டனர். மேலும் இருபது ஆயிரம் இந்துக்கள் முஸ்லிம்களாக மதம் மாற்றப் பட்டனர். ஆயிரக்கணக்கான இந்து பெண்கள் கற்பழிக்க பட்டனர்; கடத்தி செல்லப்பட்டனர். தன்மானத்தை காக்கும் முயற்சியில் நூற்றுக் கணக்கான பெண்கள் கினறுகளில் குதித்து தற்கொலை செய்து கொண்டனர். பிறகு அக்கலவரங்கள் 1923 வரை அமேதி, நாகபுரி, சம்பல், குல்பர்கா, கோஹட் மற்றும் பல நகரங்களில் பரவியது. இந்துக்கள் ஒற்றுமை இன்றி இருந்ததால், “அவர்களை அச்சமும், பலவீனமும் சூழ்ந்தது; அவர்களால் எதிர் தாக்குதல் தொடுக்க இயலவில்லை” என 1924 இல் மதன் மோஹன் மாளவியா குறிப்பிட்டார்.

இதனால் சிந்தனையில் ஆழ்ந்த டாக்டர் ஹெட்கேவார் “இந்துக்களை ஒன்று படுத்துவது எப்படி?” என 1924 இல் தனது நெருங்கிய நண்பர்களுடன் ஆலோசித்தார். அந்தக் குறிக்கோள் உடன் 1925 விஜய தசமி நன்னாளில் சங்கம் என அழைக்கப் படும் ராஷ்ட்ரீய ஸ்வயம்சேவக சங்கத்தை (RSS) நாகபுரி நகரில் துவக்கினார்.

சங்கத்தை விரிவாக்கும் பணியில் இருக்கும் போதே, 1928 இறுதியில் கல்கத்தாவில் அவர் சுபாஷ் சந்திர போஸ் அவர்களை சந்தித்தார். அப்போது டாக்டர் ஹெட்கேவார் அகில பாரத காங்கிரஸின் மத்திய மாகாண செயற்குழு உருப்பினராக இருந்தார். 1930 இல் காங்கிரஸ் பூரண சுதந்திரமே இலக்கு என அறிவித்தது. 1919 முதலே பூரண சுதந்திர கோரிக்கையை டாக்டர் ஹெட்கேவார் வலியுருத்தி வந்தார். 1930ல் அதை காங்கிரஸ் ஏற்றது. காங்கிரஸ் செயற்குழு 26 ஜனவரி 1930 அன்று சுதந்திர தினம் கொண்டாட அழைப்பு விடுத்தது. அதன் பேரில் டாக்டர் ஹெட்கேவார் அனைத்து சங்க கிளைகளுக்கும் அனுப்பிய சுற்று அறிக்கையின்படி, அனைத்து சங்க கிளைகளிலும் 26 ஜனவரி 1930 அன்று சுதந்திர தினம் கொண்டாடி, சங்க ஸ்வயம் சேவகர்கள் காவிக்கொடி ஏற்றி, கொடிவணக்கம் செய்தனர். (அன்றைய தினம் நமது காங்கிரஸ் இன் சுதந்திர போராட்ட கால தேசியக் கொடியாக இருந்தது காவிக்கொடியே.)

1930 ஏப்ரலில் கடற்கரைகளில் உப்பு சத்யாக்கிரகமும், நாட்டின் உட்புற பகுதிகளில் காட்டு சத்யாக்கிரகமும் நடைபெற மஹாத்மா காந்தி அறைகூவல் விடுத்தார். டாக்டர் ஹெட்கேவார் அவர்களும் அதில் கலந்து கொள்ள முடிவு செய்தார். கைது ஆவது நிச்சயம்

என்பதால், தான் வகித்து வந்த அகில பாரத சங்க தலைவர் (சர்சங்க சாலக்) பொறுப்பை டாக்டர் பரஞ்சபே வசம் ஒப்படைத்து விட்டு, 21 ஜூலை 1930 இல் சத்யாக்கிரகத்தில் ஈடுபட்டார். அவருக்கு ஆறு மாத கடுங் காவல் மற்றும் மூன்று மாத வெறும் காவல் சிறை தண்டனையும் விதிக்கப் பட்டார். 14 பிப்ரவரி 1931 அன்று விடுதலை ஆனார். அதன் பின் நடந்த அவரது பாராட்டுக் கூட்டத்தில் திரு மோதிலால் நேரு மற்றும் ஹக்கீம் அஜ்மல்கான் ஆகியோர் பாராட்டிப் பேசினர்.

1931 இல் காங்கிரஸால் அமைக்கப் பட்ட கொடிக்குழு "காவிக்கொடியே நமது தேசியக்கொடி" என பரிந்துரைத்தது. ஆனால் அப்போதே துவங்கி இருந்த, காங்கிரஸின் திருப்தி படுத்தும் கொள்கை காரணமாக அந்த பரிந்துரை பொதுகுழுவால் ஏற்கப் படவில்லை.

1934 இல் வார்தாவில் RSS முகாமை பார்வை இட்ட காந்திஜி அங்கு நிலவிய ஜாதி வேற்றுமை இன்மை, தீண்டாமை இன்மை ஆகியவற்றை கண்டு வியந்து பாராட்டினார்.

சங்கம் என அழைக்கப் படும் ராஷ்ட்ரீய ஸ்வயம்சேவக சங்கத்தை டாக்டர்ஜி என அன்புடன் அழைக்கப்படும் டாக்டர் ஹெட்கேவார் அவர்கள் நாகபுரி நகரில் மொஹிதேவாடா

மைதானத்தில் 1925 விஜய தசமி நன்னாளில் துவக்கினார் என்பதை முன்னரே பார்த்தோம்.

அன்று சிறிய அளவில் துவங்கப் பட்ட சங்கமானது இன்று பாரதம் முழுவதிலும் பட்டி தொட்டி எங்கும் கிளை பரப்பி அனைத்து துறைகளிலும் கிளை அமைப்புகளுடன் பிரம்மாண்டமாக வளர்ந்துள்ளது. அதன் ஸ்தாபகர் உடைய வரலாற்றை வெறும் ஆயிரம் வார்த்தைகளில் சொல்வது என்பது இயலாத காரியம். ஆயிரக் கணக்கான பக்கங்களை உடைய ஒரு புத்தக தொகுதியே தேவைப் படும். எனவே இங்கு சங்கத்தின் செயல் முறை பற்றிய ஒரு சிறு குறிப்புடன் டாக்டர்ஜி அவர்களின் வரலாற்றை சுருக்கமாக முடித்துக் கொள்கிறேன்.

கருத்து

1.காங்கிரஸும், காந்திஜியும் எவ்வாறு எல்லாம் முஸ்லிம்களை தாஜா செய்கின்றனர் என்பதையும், அதனால் ஏற்பட்ட கசப்பான விஷயங்களையும், கிலாபத் இயக்கம் தோல்வி அடைந்த பின் முஸ்லிம்கள் கட்டவிழ்த்து விட்ட வெறி ஆட்டத்தையும் கண்ட டாக்டர்ஜி புதிய கோணத்தில் சிந்திக்கலானார். மக்களிடையே ஒற்றுமை இன்மையே அனைத்து பிரச்னைகளுக்கும் காரணம் என்று உணர்ந்தார்.

எனவே அவர் ராஷ்ட்ரீய ஸ்வயம்சேவக சங்கத்தை நிருவினார். அதன் பொருள் என்ன? ராஷ்டிரம் என்றால் தேசம். தேசம் என்றால் வெறும் நிலப்பரப்பை மாத்திரம் குறிப்பது அல்ல. இந்த நாட்டை தாய்நாடாக கருதும் மக்களால் ஆனதே தேசம்.

ஸ்வயம்சேவகர் என்றால் தானாக முன்வந்து சேவை செய்ய முன்வருவோர். நமது நாட்டிற்கு தன் முனைப்புடன் சேவை செய்ய முன்வருவோர்களின் சங்கமே ராஷ்ட்ரீய ஸ்வயம்சேவக சங்கம். அது சுருக்கமாக சங்கம் என அழைக்கப் படுகிறது.

சங்கம் கூறுவது என்ன? பாரத நாட்டை தாய்நாடாக கருதுவோர் அனைவரும் இந்துக்கள் அதாவது பாரதீயர்கள். சமூகத்திற்கும், நாட்டிற்கும் தினசரி ஒரு மணி நேரம் ஒதுக்குங்கள். தனக்காக மட்டுமே வாழாமல், சமூகத்திற்காகவும் வாழ வேண்டும் என சங்கம் வலியுருத்துகிறது.

2..ஹிந்து ராஷ்டிரம் என்பது பிரிவினை வாதமா? RSS முஸ்ஸிம்கள் அனைவருக்கும் எதிரானதா?

சங்கம் சொல்கிற ஹிந்து ராஷ்டிரமும், மராட்டிய சிவாஜி மகராஜ் கண்ட ஹிந்தவீ ஸ்வராஜ்யமும், பாரதீய ராஷ்டிரம் என்பதும் ஒன்றே.

சிவாஜி அவர்களின் சாம்ராஜ்யத்திலும் முஸ்லிம்கள் அமைதியான வாழ்க்கை வாழ்ந்தனர், சுற்றிலும் இருந்த முஸ்லிம் ராஜ்யங்களில் இந்துக்கள் எண்ணற்ற கொடுமைகளை அனுபவித்து வந்த போதிலும், சிவாஜியின் ஹிந்தவி ஸ்வராஜ்யத்தில் முஸ்லிம்கள் எவ்வகையிலும் துன்புறுத்தப் படவில்லை, மசூதிகளும் அமைதியாக இயங்கின. அவரின் இராணுவத்தில் கூட 60,000 முஸ்லிம்கள் இடம் பெற்று இருந்தனர். அவர் தனது ராய்கட் கோட்டையில் ஒரு மசூதியையும் கூட தனது முஸ்லிம் படை வீரர்களுக்காக கட்டுவித்தார்.

அவரது ராஜ்ஜியத்தில் மத நல்லிணக்கத்தைப் பேணி, பல தரப்பட்டோரை ஒருங்கிணைத்தார்; அவர் பெண்களைக் கண்ணியப்படுத்தவும், மசூதிகளைத் தாக்காமல் இருக்கவும் கட்டளையிட்டார்.

3.ஆர்.எஸ்.எஸ்ஸில் சேர்ந்த பிறகு எனக்கு ஒரு வித்யாசமான அனுபவம் ஏற்பட்டது, அது என்னவெனில், நான் “ஆர்.எஸ்.எஸ் ஒரு தீவிரமான இந்து அமைப்பு” என்றும்,, அது எப்போதும் அனைத்து முஸ்லிம்களுக்கு எ திராக போராடும் என்றும் நினைத்திருந்தேன். ஆனால் அது அப்படி இல்லை என உணர்ந்தேன். ஆர்.எஸ்.எஸ் அனைத்து முஸ்லிம்களுக்கும் எதிரானது அல்ல. ஆர்.எஸ்.எஸ் இல் ஒரு சில

முஸ்லிம்கள் உறுப்பினர்களாகவும் கூட உள்ளனர் என அறிந்தேன். ஆர்எஸ்எஸ் கிளை பொறுப்பாளர்கள் (Shakha Mukkya Sikshak) பொறுப்புகளிலும் முஸ்லிம்கள் உள்ளனர். ஆர்எஸ்எஸ் இன் அரசியல் துரையில் பணியாற்றும் குடும்ப அமைப்பு ஆன ஜனசங்கம் பிறகு பாஜக போன்ற அதன் சகோதர அமைப்புகளிலும் ஏராளமான முஸ்லிம்கள் உறுப்பினர்களாக உள்ளனர். இந்தியாவை எதிர்ப்பவர்களையே சங்கம் எதிர்க்கும். எந்த ஒரு தேசபக்த அமைப்பிற்கும் இதுவே சரியான அணுகுமுறை என்பதை நான் புரிந்து கொள்கிறேன்.

4.சிவாஜி மஹாராஜ் அமைத்த ஹிந்தவீ ஸ்வராஜ் போலவே ஆர்.எஸ்.எஸ் கூறிவருகிற ஹிந்து ராஷ்டிரம் என்பதும் கூட இந்த நாட்டை நேசிக்கும் முஸ்லிம்களையும் உள் அடக்கியது தான்.

அருகில் உள்ள பாக்கிஸ்தானிலும் பங்களாதேஷிலும் இந்துக்கள் பல கொடுமைகளை அனுபவித்த போதிலும், இங்கு முஸ்லிம்கள் பாதுகாப்பாக உள்ளனர், சிவாஜியின் படை போலவே நமது இராணுவத்திலும் முஸ்லிம்கள் பலர் உள்ளனர்.

5. அப்படியானால் ஏன் ஹிந்து ராஷ்டிரம் என்று சொல்ல வேண்டும்? பாரதீய ராஷ்டிரம் என ஏன்

சொல்லக்கூடாது? என்றும், ஹிந்து ராஷ்டிரம் என்பது தவறான புரிதலை ஏற்படுத்த வாய்ப்பு உள்ளதே என்றும் முன்பு ஒரு முறை நீண்டதொரு வாக்குவாதம் சங்கத்திலும், பாரதீய ஜனதா போன்ற பரிவார் அமைப்புகளிலும் நடைபெற்றது. இதில் கவனிக்க வேண்டிய விஷயம் என்னவெனில், நமது பண்டைய வரலாற்றுக் காலத்திலும், சுதந்திர போராட்ட காலத்திலும், சங்கம் துவங்கிய கால கட்டத்திலும், நமது தேசம் ஹிந்துஸ்தான் என்றே அழைக்கப் பட்டு வந்தது. நேதாஜி இன் கோஷம் "ஜெய் ஹிந்த்" என்பதை கவனித்தால் இதை உணரலாம். சவுதி அரேபியாவுக்கு ஹஜ் யாத்திரை செல்லும் இந்திய முஸ்லிம்கள் தங்கும் பகுதியில் "இந்துக்கள்" என்றே எழுதப் பட்டிருப்பதை காணலாம். .தேசப் பிரிவினைக்கு பின்னர், நமது நாடு 'இந்தியா அதாவது பாரதம்' என பெயர் மாற்றம் செய்யப்பட்டதால் ஏற்பட்ட குழப்பமே இது. எனவே நீண்ட சிந்தனைக்கு பின், "ஹிந்து ராஷ்டிரம் என்கிற சொல்லாடலை இப்பொழுது பாரதீய ராஷ்டிரம் என்று மாற்றினால், 'ஹிந்து ராஷ்டிரம் என்பது ஒரு தவறான கொள்கை' என்றும், 'சங்கம் தனது கொள்கையை மாற்றிக் கொண்டு விட்டது' என்றும் தவறான கருத்துகள் மக்கள் மத்தியில் ஏற்படும். என்கிற காரணத்தால் அந்த வாக்குவாதம் முடிவுக்கு வந்தது.

நிகழ்வுகள் :

1 .சமீபத்தில் இஸ்லாமியர்களுக்கு இறைப் பயிற்சி கொடுக்கும் மதகுருவாக இருந்த திரு. வேலூர் இப்ராஹிம் அவர்கள் இன்று பா.ஜ.க.வின் சிறுபான்மைப் பிரிவு தேசியச் செயலாளராக பொறுப்பு ஏற்று இருக்கிறார். பலமுறை மதரீதியான தாக்குதலுக்கு உள்ளாகி, தீவிர சிகிச்சை பிரிவுகளில் சிகிச்சை பெற்று உயிர் பிழைத்தவர். ஆனாலும் தினமும் ஐந்து வேளை தொழுதபடி, பா.ஜ.க.வில் இப்ராஹிம் தொடர்ந்து பயணித்து வருகிறார்.

2. கேரள முன்னாள் காவல்துறை டைரக்டர் ஜெனரல் (DGP) திரு ஜேக்கப் தாமஸ், முழுநேர பிரசாரகராக ராஷ்ட்ரீய ஸ்வயம்சேவக சங்கத்தில் (RSS) இணைய முன் வந்துள்ளார். TNIE-க்கு அளித்த பேட்டியில் திரு. ஜேக்கப் தாமஸ், "ஆர்எஸ்எஸ் இன் ஒழுக்கமும், தன்னலமற்ற சேவையும் என்னை மிகவும் ஈர்த்தது. அவர்கள் உண்மையாகவே தேசப்பற்று கொண்டவர்கள். எந்த ஆர்எஸ்எஸ் உறுப்பினரும் தனிப்பட்ட நலனுக்காக செயல் படுவதை நான் பார்த்ததில்லை," என்று அவர் குறிப்பிட்டார்.

3. குருஜி ஸ்ரீகோல்வால்கர்

கதை 3

குருஜி என்று அன்புடன் அழைக்கப் படும் ஸ்ரீ மாதவ சதாசிவ கோல்வால்கர் (1906-1973) அவர்கள் சங்கத்தின் இரண்டாவது தலைவர் ஆவார். 1940 முதல் 1973 வரை (முப்பத்து மூன்று ஆண்டுகள்) சங்கத்தை வழி நடத்தியவர் அவரே. அவரின் வாழ்க்கைச் சம்பவங்களையும், அவர் காலத்தில் பாரதத்தில் நடை பெற்ற பல கொந்தளிப்பான வரலாற்றுச் சம்பவங்களையும் காண்பது அவசியம் ஆகிறது. குருஜி அவர்கள் சில மாநிலங்கள் அளவில் பரவி இருந்த சங்கத்தை நாடெங்கும் பரவச் செய்த முயற்சிகளை இப்போது காண்போம்.

தவிர அவர் தலைமையில் பல மிகவும் கொந்தளிப்பான நிகழ்ச்சிகளை சங்கம் எதிர் கொண்டது. அவையாவன. (1) துயரம் நிறைந்த தேசப் பிரிவினை, (2) கோட்சேவினால் மகாத்மா காந்திஜி கொல்லப் பட்டதும், அதன் பின் திரு. நேருவினால் செய்யப்பட்ட சங்கத்தின் மீது தடையும், (3) 1962ல் இந்திய-சீன போர், (4) 1965ல் இந்திய-பாக் போர், (5) மீண்டும் 1971ல் இந்திய-பாக் போர் ஆகியன ஆகும். மேற்க்கண்ட கொந்தளிப்பான நிகழ்ச்சிகளை இறுதியில் பார்ப்போம்.

ஸ்ரீ மாதவ் அவர்கள் ஸ்ரீசதாசிவராவ்--லட்சுமிபாய் தம்பதியினரின் மகனாக 19 -பிப்ரவரி-1906 இல் நாகபுரியில் பிறந்தார். அவருடன் பிறந்தவர்கள் ஒன்பது பேர். ஆனால் அவர்கள் அனைவருமே இளம் வயதிலேயே காலமானார்கள். பள்ளியில் படிக்கும் போது அவர் பிரகாசமான மாணவராக விளங்கினார். ஆசிரியப் பணியில் இருந்த அவரது தந்தை பணி மாறுதல் காரணமாக பல பள்ளிகளில் படித்த அவர், கல்லூரிப் படிப்பை காசி இந்து பல்கலைக் கழகத்தில் படித்து, 22ம் வயதில் M.Sc முடித்த பின், ஆராய்ச்சி படிப்பிற்காக சென்னை சென்றார். ஆனால் குடும்ப பணப் பிரச்னை காரணமாக இடையிலேயே அவர் நாகபுரி திரும்ப வேண்டியதாயிற்று.

1930ல் அவர் படித்த அதே காசி இந்து பல்கலைக் கழகத்தில் பேராசிரியராக பணியாற்ற வாய்ப்பு கிடைத்தது. அங்கு மூன்றாண்டுகள் பணியாற்றினார். அவரது ஊதியத்தின் பெரும் பகுதி ஏழை மாணவர்களின் படிப்புக்கும், உதவிக்குமே சென்றது. காசியில் தான் அவருடைய மாணவர்களால் அவர் அன்புடன் குருஜி என அழைக்கப் பட்டார். அந்த பெயரே இறுதி வரை நிலைத்தது. அங்கு அவர் துறவி ஆகி இமயமலை செல்வதா, அல்லது சமுதாய பணியில் ஈடுபடுவதா என்னும் குழப்பத்தில் ஆழ்ந்தார். பைய்யாஜி தானி அவர்கள் மூலமாக அங்கு அவருக்கு சங்கத் தொடர்பும் ஏற்பட்டது.

1933ல் நாகபுரி திரும்பினார். அங்கு தனது தாய்மாமன் இல்லத்தில் தங்கி இருந்து, ஆசிரியப் பணி புரிந்து, சற்று தொலைவில் உள்ள ராம்டெக் இல் வசித்து வந்த தனது பெற்றோருக்கு பணம் அனுப்பி வந்தார். அத்துடன் சட்டக்கல்லூரியில் பயின்றவாறே சங்கப் பணிகளிலும் ஈடுபட்டு வந்தார். 1934ல் சங்கப் பணி பரவிட வேண்டி, அவரை டாக்டர்ஜி மும்பைக்கு அனுப்பினார். 1935ல் சட்டக்கல்வியில் முதல் வகுப்பின் தேறினார், அதே ஆண்டு அகோலாவில் நடந்த சங்கப் பயிற்சி முகாமின் சர்வாதிகாரியாகவும் பொறுப்பு வகித்தார். அவர் மனம் அவர் பெற்றோர் விரும்பிய படி குடும்ப வாழ்வில் ஈடுபட மறுத்தது.

சங்கவேலை செய்து வரும் காலத்தில் அத்துடன் துறவு வாழ்க்கையிலும் அவர் மனம் ஈர்க்கப் பட்டது. 1936 கோடை காலத்தில் சுவாமி அகண்டானந்தாவினால் சன்யாச தீட்சை அளிக்கப் பெற்றார். சுவாமி அகண்டானந்தாவும், அமிதாப் மஹராஜ் அவர்களும் அவரை கல்கத்தாவுக்கு அழைத்துச் சென்றனர். குருஜி பேலூர் மடத்தில் தங்கிவிட விருப்பம் தெரிவித்த போது, சுவாமி அமிதாப் மஹராஜ், “நீ ராமகிருஷ்ண மடத்தில் வாழக் கூடாது. குருதேவராகிய பரமஹம்சரின் விருப்பம் அது அல்ல. உன்னை எங்கிருந்து அழைத்து வந்தேனோ அங்கேயே அழைத்து செல்கிறேன்” என்று கூறி நாகபுரி அழைத்து வந்தார். அவருடன் நாகபுரி ராமகிருஷ்ண ஆசிரமத்தில் ஒரு மாதம் குருஜி தங்கினார்.

அவர் குருஜியிடம் விவேகானந்தரின் சிகாகோ சொற்பொழிவை மராத்தியில் மொழிபெயற்க்கும் படி கேட்டுக் கொண்டார். பின் கோல்வால்கரின் தாய்மாமாவை அழைத்து அவரை ஹெட்கேவாரிடம் அழைத்துச் செல்லுமாறு கேட்டுக் கொண்டார். பின் டாக்டர்ஜியும், குருஜியும் நெருக்கமாக இணைந்து சங்கப் பணி ஆற்றத் தொடங்கினர்.

1932ல் இருந்தே டாக்டர்ஜி இன் உடல் நலம் குன்றி வந்தது. அவரின் மனவலிமையே அதன் பின்னரும் எட்டு ஆண்டுகள் அவரை இயங்கச் செய்தது. குருஜி கல்கத்தா அனுப்பப் பட்டார். 1939 ஏப்ரலில் டாக்டர்ஜி உடல்நிலை கவலைக்கிடம் ஆனபோது வங்காளத்திலிருந்து, குருஜி மீண்டும் நாகபுரிக்கு அழைக்கப் பட்டார். பிறகு ஏப்ரல் 1940 இல் சங்க பயிற்சி முகாமில் அவர் உடல்நிலை மிகவும் மோசமடைந்த போது, அவர் குருஜி இடம், “சங்கத்தின் முழுப் பொறுப்பும் உன்னிடம் ஒப்படைக்கப்படுகிறது.” என்று கூறினார். அதிலிருந்து சங்கத்தின் அகில பாரத தலைவர் (சர்சங்க சாலக்) பதவி மாத்திரம் முன்பிருந்த சங்கத் தலைவர் நியமனம் ஆக இருந்து வருகிறது. அதை தவிர மற்ற பதவிகள் அனைத்தும் கிளைச் செயளாளர் முதல் அகில பாரத செயலாளர் வரையிலான பதவிகள் ஜனநாயக முறை படி தேர்வு செய்யப் படுகின்றன. டாக்டர்ஜி மறைந்த 13ம் நாள் குருஜி சர்சங்கசாலக் ஆக அறிவிக்கப் பட்டார்.

அதன் பிறகு குருஜி பாரதம் முழுவதும் 65 க்கும் மேலான முறை பயணம் செய்து, வனவாசிகள் நலன் முதல் மாணவர் அமைப்பு வரை பல துறைகளில் ஆர்எஸ்எஸ் ஆல் ஊக்கம் பெற்ற பல அமைப்புகள் உருவாக வழி அமைத்தார்.

இயற்கை பேரிடர் (பஞ்சம், வெள்ளம், கொள்ளைநோய் போன்றவை) வரும் போது எல்லாம் ரா.ஸ்வ.சங் (RSS) சேவைப் பணியில் முன் நிற்கும் என்பதை எவரும் மறுக்க இயலாது.

அது போலவே 15-08-1950 இல் (ஒரு சுதந்திர தினத்தன்று) நேரிட்ட அஸ்ஸாம் நிலநடுக்கம் ஏற்பட்ட போது நிவாரண கமிட்டி அமைத்து, இயற்கை சீற்றங்களின் போது நிவாரண முகாம்கள் அமைத்தல் மற்றும் மறுவாழ்வுப் பணிகளில் தொண்டு செய்யும் சங்கத்தின் வழக்கத்தை குருஜி தொடர்ந்தார். இப்போது இது போன்ற சேவைப் பணிகள் சேவாபாரதி என்னும் அமைப்பின் பெயரில் நடைபெறுகின்றன.

குருஜி பல துறைகளிலும் சங்க உருப்பினர்கள் பணி ஆற்ற ஊக்குவித்தார், கல்வித்துறையில் (Vidya Bharathi), தொழிலாளர்கள் துறையில் (BMS), அரசியல் துறையில் (BJS), ஆன்மீகத்துறையில் (VHP), வனவாசிகள் நலத்தில் (VKA) முதலான பல துறைகளில் பல சங்க ஊழியர்கள் ஈடுபட்டனர்.

மே 1970 இல் இருந்து உடல் நலக்குறைவால் பாதிக்கப் பட்டு வந்த குருஜி 5-6-1973 அன்று காலமானார். அவர் பாளாசாகிப் தேவரஸ் என்று

அழைக்கப் பட்ட ஸ்ரீ மதுக்கர் தத்தாத்ரேய தேவரஸ் அவர்களை சங்கத்தின் மூன்றாவது சர்சங்க சாலக் ஆக நியமித்தார்.

குருஜி சந்தித்த கொந்தளிப்பான நிகழ்வுகள்.

நிகழ்வு 1 : தேசப் பிரிவினை:

கிலாபத் இயக்கத்தின் போது முஸ்லிம்கள் நடத்திய வன்முறை போன்றே தேசப் பிரிவினை சமயத்திலும் வெறியாட்டம் நிகழ்த்தினர். ஜின்னா நேரடி நடவடிக்கைக்கு அழைத்தார். பத்திரிக்கையாளர்கள் அவரிடம் நேரடி நடவடிக்கை என்றால் என்ன என்று கேட்டதற்கு, உங்களுக்கு நான் பதில் சொல்ல வேண்டியது இல்லை. அது புரிய வேண்டியவர்களுக்கு புரியும் என்றார்.

அன்று பெங்கால் மற்றும் சிந்து இரண்டு பகுதிகளையும் முஸ்லிம்லீக் தேர்தலில் வென்று ஆட்சி அமைத்து இருந்தது. இந்த நேரடி நடவடிக்கையை எங்கு நிறைவேற்றுவது என்று கேட்டபோது, பெங்காலின் முதல்வர் தகுதியில் இருந்த ஹுசைன் சுஹ்ரோவர்தி சொன்னார், "இதை வங்காளத்தில் தான் செய்ய வேண்டும். இதை நான் நடத்திக் காட்டுகிறேன் என்று". கத்திகளும், அரிவாள்களும், இன்ன பிற கொடூரமான ஆயுதங்களும் வரவழைக்கப் பட்டன. அனைத்து மசூதிகளிலும் வன்முறையை தூண்டும் பேச்சுக்கள் பேசப்பட்டன. ஒரே நாளில் பணம் சம்பாதிக்கலாம், கொள்ளை அடிக்கலாம், போலீஸ் தடுக்காது, நிறைய பெண்களை கற்பழிக்கலாம் என்பதால்

இதற்கு துணை போனார்கள். கல்கத்தாவில் முஸ்லிம்கள் குவிந்தார்கள். முஸ்லிம் பெண்களும் குழந்தைகளும் ஊரை விட்டு வெகு தூரம் அனுப்பப் பட்டார்கள். தங்களுடைய நகைகள், விலை உயர்ந்த பொருட்களை பாதுகாப்பாக ஒளித்து வைத தார்கள். கல்கத்தா நகரத்தில் உள்ள அனைத்து முஸ்லிம்களுக்கும் தகவல் போனது. அவர்கள் தங்கள் பொருட்களை காபந்து செய்து கொண்டார்கள். காற்றிலே ஒரு அசாதாரணமான அச்ச உணர்வு கலந்திருந்தது. உயிர் பயம் என்றால் என்னவென்று பலருக்கு அன்றுதான் புரிந்து இருக்கும். நேற்று வரை தோளில் கைபோட்டு மாமா மச்சான் என்று பேசிக் கொண்டிருந்தவர்கள் ஒரே நாளில் எதிரிகள் ஆனார்கள். கட்டளை வந்ததும், ஊர்வலம் போகிறோம் பேர்வழி என்று ஆரம்பித்து வீடுவீடாக புகுந்தார்கள். உள்ளே இருந்த ஹிந்து பெண்களை வீடு புகுந்து கற்பழித்தார்கள். கொடூரமாக பலாத்காரம் செய்வது, ஆயுதம் வைத்து கொல்வது என்று மானபங்கப் படுத்தபடாமல் ஒரு பெண் கூட இறக்கவில்லை என்று சொல்லலாம். ஆண்களை கண்டால் கண்டபடி வெட்டி கொல்வது, குறிப்பாக கொல்வதற்கு முன், அவர்களது ஆண்குறியை அப்படியே உயிரோடு இருக்கும்போதே கிள்ளி கிழித்து எடுத்து கொல்ல ஒரு கிடுக்கி போன்ற ஆயுதம் பலவற்றை தயார் செய்து இருந்தார்கள். அதை வைத்து நூற்றுக்கணக்கில் கொலைகள் நடந்தன.

அனைத்து ஹிந்து போலீசாரும் இடமாற்றம் செய்யப் =பட்டனர். மொத்த கல்கத்தாவிலும் முஸ்லிம் போலீஸ்சார் மட்டுமே இருந்தனர். நேராகவோ, தொலைபேசி மூலமோ எந்த புகார் வந்தாலும் எந்த நடவடிக்கையும் எடுக்க கூடாது என்று சுஹ்ரோவர்தி கட்டளை இட்டிருந்தார்.

ஹிந்து பொருட்களும் கடைகளும் வீடுகளும் எரிக்கப் பட்டன. அன்று பெட்ரோல் ரேஷன் முறையில் வழங்கப் படும். அதற்கு கூப்பன்கள் உண்டு. அத்தனை கூப்பன்களையும் சுஹ்ரோவர்டி வாங்கி வைத்துக் கொண்டார். அதை பயங்கரவாதிகளுக்கு இலவசமாக விநியோகம் செய்தார். அவர்கள் அதை வைத்து பெட்ரோல் வாங்குவது, போய் ஹிந்து கடைகளை சூரையாடுவது, இனி பாக்கி ஒன்றும் இல்லை என்றால், கடை, வீடுகள் மீது கொட்டி கொளுத்துவது என்று தொடர்ந்து கொண்டு இருந்தனர். இது ஏதோ நான் கதை சொல்கிறேன், நன்கு சிந்தித்து வன்முறையை தூண்டும் விதத்தில் எழுதுகிறேன் என்று நண்பர்கள் நினைக்க வேண்டாம். அனைத்தும் நடந்த விஷயம்.. CHENNAI இல் அமெரிக்கன் தூதரகத்தின் அருகில் உள்ள OXFORD UNIVERSITY PRESS வெளியிட்டுள்ள 300 பக்க புத்தகம் THE STERN RECKONING BY G.D. KHOSLA வெளியிட்டுள்ள தகவல்கள். அவர் ஒரு ஓய்வு பெற்ற அரசாங்க அதிகாரி. ஒவ்வொரு இடத்திற்கும் சென்று ஆய்வு நடத்தி, எழுத அவருக்கு பாதுகாப்பு,

செல்வாக்கு, பொருள் பலம் எல்லாம் இருந்தது. அவர் எழுத்திலிருந்து 1/1000 தான் இங்கே சொல்லி உள்ளேன். (அமர பாரதம் இதழில் இருந்து). முழுவதும் சொன்னால் உங்களால் படிக்கவே இயலாது. இன்றைக்கு பங்களாதேஷிலும் பாக்கீஸ்தானிலும், என்ன நடக்கிறது என்பதை பார்த்துக் கொண்டு இருக்கிறீர்கள் அல் லவா?

இதை எழுதுவதன் நோக்கம் யாரும் இருக்கிற ஜாக்கிரதையில் இருந்து கொள்ளட்டும் என்பதுதான். **நமது பாரதத்தில் இந்துக்கள் மத்தியில் உண்மையை சொல்லவும் கூட ஒரு தயக்கம் இருந்து வருகிறது. உண்மையை சொல்லி அதன் மூலம் பகையை வளர்த்துவானேன் என்று எண்ணுகிறார்கள். காரணம் இந்துக்களின் பெருந்தன்மை. ஆனால் இதை சில தீவிரவாதிகள் பெருந்தன்மையாக பார்க்காமல் அச்சத்தின் விளைவு என்று கருதுகிறார்கள்.**

இப்படி தினம் 500-700 பேர் கொல்லப் பட்டார்கள். இது ஒரு 10 நாட்கள் நீடித்தது. சுமார் 5000 பேர் கொல்லப் பட்டிருந்தார்கள். போலீஸ் துணை இல்லை என்று ஆகி விட்டது. பெண்கள் பலர் பலாத்காரம் செய்யப்பட்டு விட்டார்கள், பலர் இறந்துவிட்டார்கள் என்றதும் மனம் வெறுத்து, இதற்கு மேல் சகிக்க முடியாத ஹிந்துக்கள் (பால் விற்கும் பிஹாரி யாதவ்கள், சீக்கிய டிரைவர்கள் மற்றும் RSS காரர்கள்) கையில் கிடைத்த ஆயுதங்களை எடுத்து முஸ்லிம்களை தாக்க ஆரம்பித்தார்கள். எண்ணி

மூன்றே நாட்களில் **மூவாயிரம்** முஸ்லிம்கள் கொல்லப் பட்டார்கள். ஹிந்துக்கள் திருப்பி தாக்குகிறார்கள் என்றவுடன் அரசாங்கம் விழித்துக் கொண்டு விட்டது. அனைவரையும் கைது செய்தது. பலர் தூக்கிலிடப் பட்டார்கள்.

திருட்டு, கொலை, கடத்தல் எல்லாம் எல்லா புகைவண்டி நிலையங்களிலும், கல்லெறிதல் எல்லாப் புகை வண்டிகளிலும் சர்வ சாதாரணமாய் நடந்தன. கற்பழிக்கப்பட்டு, உயிர் தப்பிய பெண்கள் சுமார் 50,000 பேருக்கு ஒரே மாதத்தில் கருத்தடை செய்யும்படி ஆனது.

நிகழ்வு 2:

பதிலுக்கு பாகிஸ்தானுக்கு சென்று கொண்டிருந்த முஸ்லிம்களை **நூற்றுக்கணக்கில்**, சீக்கியர் களும் ஹிந்துக்களும், கொன்றார்கள். எவ்வளவு முயன்றாலும் **முஸ்லிம்களின் கொலை வெறிக்கு** அவர்களால் ஈடு கொடுக்க **முடிய வில்லை**. ஹிந்துக்களால் சிலரை கொல்ல மட்டும்தான் முடிந்தது. முஸ்லிம் பெண்கள் யாருமே பலாத்காரம் செய்யப்படவில்லை. இது ஒரு அதிசயம்தான். ஆண்கள் செய்த கொடுமைகளுக்கு மாற்றாக சம்பந்தம் இல்லாத பெண்களை பலாத்காரம் செய்வது இந்துக்கள் வழக்கம் இல்லை.

நிகழ்வு 3: “எப்படி ஹிந்து பெண்கள் மட்டுமே பலாத்காரம் செய்யபட்டிருக்கிறார்கள்? ஒரு முஸ்லிம் பெண் கூட பலாத்காரம் ஆக வில்லை?’ என்று கேட்டதற்கு பலாத்காரம் செய்தவர்களுக்கு

முஸ்லிம் பெண்களை விட ஹிந்து பெண்கள் அழகாக தெரிந்தார்களோ என்னவோ என்று வங்காள முதலமைச்சராக இருந்த சுஹ்ரரோவர்தி நகைச்சுவை செய்தார்.

நிகழ்வு 4:

கிழக்கு பாகிஸ்தானிலும் **மற்றும்** மேற்கு பாகிஸ்தானிலும் **சங்க** ஸ்வயம்சேவகர்கள் ஆயிரக்கணக்கில் இருந்தார்கள். அவர்களிடம் குருஜி "நீங்கள் இறந்தாலும் பரவா யில்லை. எவ்வளவு பேர் முடியுமோ அவ்வளவு பேரை காப்பாற்றுங்கள்" என்று சொன்னார். அந்த ஒரு வார்த்தைக்காக ஆயிரக்கணக்கான ஸ்வயம் சேவகர்கள் முஸ்லிம்களோடு சண்டை யிட்டு மடிந்தார்கள். அவர்கள் போராடும் அந்த சில மணிநேரத்தில் இந்த பக்கம் பலர் தப்ப வழி செய்து கொடுத்து தாக்குதலை தாமதப்படுத்த முடிந்தது. அப்படி ஒரு முக்கிய சிக்ஷக்காக இருந்து சிந்து பகுதி சிறுவர்களுக்கு பயிற்சி அளித்த ஒருவர் இன்றும் தாம்பரத்தில் உயிரோடு இருக்கிறார். தான் பயிற்சி அளித்த சிறுவர்கள் அனைவருமே இறந்து விட்டனரே என்றும் அவர் அழுவார். அப்படி உயிர் தப்பி இந்தியாவுக்கு வந்த இந்துக்கள் மற்றும் சீக்கியர்கள் மனதில் RSS என்றென்றும் நீங்காத இடம் பெற்று இருக்கும்.

சங்க ஸ்வயம்சேவகர்களின் பணி பற்றி பேராசிரியர் திரு A.N.பாலி தனது Now it can be told என்னும் புத்தகத்தில், "அந்த கடினமான காலகட்டத்தில்

மக்களை பாதுகாக்க யார் முன் வந்தார்கள்? RSS என்னும் இயக்கத்தினரை தவிர" என எழுதினார்.

காங்கிரஸ்காரர்கள் பலரும் கூட ஆர்எஸ்எஸ் காரர்களின் உதவியை நாடிப் பெற்றனர். யாருக்கும் உதவி மறுக்கப் படவில்லை.

நிகழ்வு 5

மஹாத்மா காந்தி கொலையும், சங்கத் தடையும்:

தேசப் பிரிவினைக்கு பின் நடந்த துயர சம்பவங்கள்: கோட்சேவினால் மகாத்மா காந்திஜி கொல்லப் பட்டதும், அதன் பின் சங்கம் தடை செய்யப் பட்டதும், அதனை ஒட்டி நடைபெற்ற வன்முறைகளும் ஆகும்.

காந்தியை கொன்றுவிட்டு கோட்சே ஒரு முறை இறந்தார். ஆனால் அதற்கு சம்பந்தமில்லாத RSS இன்று வரை பழி சுமக்கிறது. முன்பே RSSஐ காங்கிரசுடன் இணைக்க சொன்னார் நேரு. மறுத்தது சங்கம். நாளை இது தனக்கும் காங்கிரஸுக்கும் பெரும் சவாலாக அமையும் என்று கருதிய நேரு எந்த விதமான ஆதாரமும் இல்லாமலே, இது சரியான சந்தர்ப்பம் என கருதி, காந்தி கொலையை சாக்கிட்டு, 04 -பிப்ரவரி 1958 இல் சங்கத்தை தடை செய்து, RSS தலைவர் குருஜியை கைது செய்து ஆறு மாதம் குற்றப் பத்திரிக்கை பதிவு செய்யாமல் சிறை வைத்தார். சென்னை பிரபல வக்கீல் TVR சாஸ்திரி வக்காலத்து வாங்கி பேச, பட்டேலும் மும்பை சட்டசபையில் RSS க்கும் காந்தி

கொலைக்கும் எந்த சம்பந்தமும் இல்லை என்று பேச நீதிமன்றங்களும் சங்கத்துக்கும் காந்தி கொலைக்கும் எந்த சம்பந்தமும் இல்லை என்று தீர்ப்புகள் அளிக்க, நேரு **ரா, ஸ்வ**. சங்கம் தனது கொள்கைகளை விளக்கி எழுத்தாக்கத்தில் தரச்சொல்லி குருஜியை விடுதலை செய்தார். நேரு அரசு RSS மீதிருந்த தடையை 380 நாட்களுக்கு பின் 11-ஜூலை 1949ல் நீக்கியது. ஆனால் அதற்குள் காங்கிரஸ்காரர்கள் மற்றும் மக்களில் பலரும் அவசரப்பட்டு, நூற்றுக்கணக்கான ஸ்வயம் சேவகர்களை கொன்றார்கள். ஆயிரக்கணக்கான RSS உருப்பினர்களின் வீடுகளும், கடைகளும் மற்றும் சொத்துகளும் எரிக்கப் பட்டன.

நிகழ்வு 6

1962ல் இந்திய-சீனப் போர்:

1962ல் இந்திய-சீனப் போரின் போது, இந்தி-சீனி பாய்-பாய் என்று நேரு கோஷமிட்டு, இந்திய இராணுவம் தயாரிப்பு இன்றி விட பட்டதால், நமது நாட்டிற்கு பெரும் பின்னடைவு ஏற்ப்பட்டது. இந்திய இராணுவம் தோல்வி அடைந்தது. லடாக்கின் அக்சாய் சென் பகுதியில் 38,000 சதுர கிமீ இடம் சீன இராணுவத்தால் பிடிக்கப் பட்டது. 1,383 வீரர்கள் கொல்லப் பட்டனர், 4,000 வீரர்கள் சீனாவால் சிறை பிடிக்கப் பட்டனர்.

அந்த 1962 இந்திய-சீனப் போரின் போது இந்திய இராணுவத்திற்கு ஆர்எஸ்எஸ் ஊழியர்கள் உதவினர். அவர்கள் உயிரை பணயம் வைத்து,

விமானங்கள் மூலம் வீசப் பட்ட ஆயுதங்களை வீரர்களுக்கு வழங்கி உதவினர்.

சங்கத்தின் தன்னலமற்ற சேவையை அங்கீகரிக்கும் விதமாக 1963 ஜனவரி குடியரசு தின அணிவகுப்பில் டெல்லியில் உள்ள ராஜ் பாத்தில் (இப்போது கடமைப் பாதை) குடியரசு தின அணி வகுப்பில் அணிவகுத்து செல்ல ஆர்.எஸ்.எஸ் உறுப்பினர்களை திரு நேரு அழைத்தார். அதன் பேரில் 3,000 RSS உறுப்பினர்கள் சங்க பாண்டு வாத்தியத்துடன் 1963 ஆண்டு டில்லி குடியரசு தின அணி வகுப்பில் அணிவகுத்து சென்றனர்,

நிகழ்வு 7

1965 இந்திய-பாக் போர்:

1965 இல் நடந்த **போரில்** கிழக்கு மற்றும் மேற்கு ஆகிய இரு முனைகளில் இருந்தும் பாக் படை எடுத்தது. 1965 இல் நடந்த அந்த இந்திய பாக் போரில் இந்திய இராணுவம் வெற்றி அடைந்தாலும், அரசியல் தலைவர்களுக்கு ரஷ்யா, மற்றும் ஐநாசபை கொடுத்த அழுத்தம் காரணமாக இந்தியா தான் பிடித்த பகுதிகளையும், பாக் இராணுவ வீரர்களையும் விடும்படி ஆயிற்று. 1965 இல் இந்தியா பிடித்தது 1,920 ச.கி.மீ, பாக் பிடித்தது 540 ச.கி.மீ மட்டுமே. அன்றைய தினம் உலகின் மிகச் சிறந்த சாபர் ஜெட் விமானங்களையும், அதி நவீன **பேட்டர்ன்** டாங்கிகளையும் அமெரிக்காவிடம் இருந்து பாக் பெற்று இருந்தாலும் கூட, அதனால் வெற்றி பெற முடியவில்லை. **இரண்டே நாட்களில்**

அமெரிக்கா வின் 98 அதி நவீன பேட்டர்ன் டாங்கிகளை இந்திய இராணுவம் அழித்தது. பிடிக்கப் பட்ட அமெரிக்க டாங்கிகளை கண்காட்சியில் காட்சி படுத்த வேண்டாம் என அமெரிக்கா லால் பகதூர் சாஸ்திரியை கேட்டுக் கொண்டது. மேலும் அந்த போரில், முழு காஷ்மீரையும் பிடிப்போம் என்கிற பாக்கின் எண்ணமும் தவிடுபொடி ஆயிற்று என்பதுவும் கூட குறிப்பித் தகுந்தது.

நிகழ்வு 8

1971ல் இந்திய-பாக் போர்:

1971 இல் பாக் படை எல்லையில் மீண்டும் ஒருமுறை அத்து மீறியபோது, பிரதமராக இருந்தவர் நேருவின் மகளான வீரப் பெண்மணி திருமதி இந்திராகாந்தி அவர்கள். பாக்கீஸ்தான் அந்தப் போரில் 'ஆபரேஷன் செங்கிஸ்கான்' என்ற பெயரில் எட்டு இந்திய விமான நிலயங்களை முதலில் தாக்கியது. அந்தப் போர் 3 டிசம்பர் 1971இல் துவங்கி 13 நாள் நடைபெற்றது. மிகத் தெளிவான வெற்றியை இந்தியா பெற்றது. பாக்கீஸ்தான் இரண்டாக பிரிக்கப் பட்டு சுதந்திரமான பங்களாதேஷ் உருவாக்கப் பட்டது. 93,000 பாக் சிப்பாய்கள் டாக்காவில் இந்திய இராணுவத்திடம் சரண் அடைந்தார்கள்.

இரண்டாம் உலகப் போருக்குப் பின், அதுதான் மிகப் பெரிய எண்ணிக்கையில் ஆன சரணாகதி. மேற்கு பாக்கிஸ்தானிலும் கூட பஞ்சாப்பில் பல நூறு சதுர

கிமீ பிடிக்கப் பட்டது. ஆனாலும் கூட அவைகளை பயன் படுத்தி, இந்திரா பாக். முன்பு 1948 இல் ஆக்கிரமித்த காஷ்மீர் (POK) பகுதிகளை மீட்க முயற்சிக்க வில்லை. இன்று வரை அந்த பிரச்னை (POK) தீராமலே உள்ளது.

கருத்து 1 :

நமது பாரதத்திலே இந்துக்களுக்கு பல அநீதிகள் இழைக்கப் படுகின்றன. இதற்கு காரணம் என்ன? மதசார்பின்மை என்கிற பெயரில் நாம் பின்பற்றி வரும் போலி மதசார்பின்மையே காரணம். முஸ்லிம்கள் மசூதிகளில் முடிவு செய்து, ஒற்றுமையாக ஒன்று போல ஓட்டு போடுவதால், ஓட்டுக்காக அவர்கள் காலை நக்கும் அரசியல் வாதிகள் இது போன்ற அநீதியான சட்டங்களுக்கு துணை போகின்றனர்.

கருத்து 2 :

நமது பாரதத்திலே அனைத்து கோவில்களிலும், சர்ச்களிலும், புத்த, ஜைன வழிபாட்டு தலங்களிலும் மற்றும் பொது இடங்களிலும் கண்காணிப்பு காமிராக்கள் (CCTV) அமைக்கப் பட்டு அவை காவல் துறையின் கட்டுப்பாட்டில் இருந்து வருகின்றன. ஆனால் மசூதிகள், மதரஸாகளில் மட்டும் அவை நிறுவப் படாமல் உள்ளது.

உலகில் உள்ள ஐரோப்பிய நாடுகளிலும், ஆப்ரிக்க நாடுகள் மற்றும் தென்கிழக்கு மற்றும் தென்மேற்கு ஆசிய நாடுகளில் உள்ள மசூதிகளில் எல்லாம் CCTV காமிராக்கள் உள்ளன என்பது கவனிக்கத் தக்கது. பாரதத்தில் மாத்திரம் அவை நிறுவப் படாமல் விதிவிலக்காக உள்ளது.

கருத்து 3 :

மத சார்பற்ற நமது நாட்டிலே மதத்துக்கு ஒரு சட்டம் நிலவி வருகிறது.

அதுவும் கூட முஸ்லிம்கள் தங்களுக்கு கடுமையான தண்டனை சட்டங்கள் வேண்டாம்: உரிமைகள் குறித்த சட்டங்கள் மாத்திரம் தேவை என்னும் விசித்திரமான நிலை நிலவுகிறது.

சில முஸ்லிம் நாடுகளில் உள்ளது போல திருடினால் கையை வெட்டுதல், விபச்சாரம் செய்தால் 100 கசையடி அல்லது கல்லால் அடித்து கொல்லுதல் போன்ற தண்டனைகள் வேண்டாமாம். **ஆனால்** நான்கு திருமணம் வரை செய்யலாம், விவாகரத்து செய்தால் ஜிவனாசம் கொடுக்கத் தேவை இல்லை என்னும் உரிமைகள் மாத்திரம் வேண்டுமாம். பரவலாக அறியப்படும் ஷாபானு வழக்கு இதற்கு ஓர் எடுத்துக்காட்டு.

பொது சிவில் சட்டம் என்பது ஏதோ பாஜக அரசு கொண்டு வர முயற்சி செய்வது போன்ற ஒரு தோற்றம் கட்டமைக்கப் பட்டுள்ளது.

இது முற்றிலும் உண்மைக்கு மாறானது. 'இந்தியா முழுவதுமுள்ள இந்நாட்டின் குடிமக்கள் அனைவரும் ஒரே சிவில் சட்டத்தினை எய்திடச் செய்வதற்கு அரசு முயல வேண்டும்' என்று சொல்கிறது 44 சட்டப்பிரிவு. அதாவது, 'பொது சிவில் சட்டம் என்பது அரசின் கொள்கையாக இருக்க வேண்டும் **என்று கூறுகிறார் அண்ணல்** அம்பேத்கர்.

அண்ணல் அம்பேத்கர் நமக்கு வகுத்தளித்து உள்ளது தான் இந்திய அரசியலமைப்புச் சட்டத்தின் 44-ஆவது பிரிவு. இதுவரை திருமணம் மற்றும் வாரிசுரிமை ஆகிய இரண்டு விஷயங்களை மட்டுமே இன்னும் பொது சிவில் சட்டங்கள் மூலம் நெறிப் படுத்தாமல் இருப்பதாக கூறிய அம்பேத்கர், அந்த மாற்றத்தைக் கொண்டு வருவதே இந்த சரத்தின் சட்டப்பிரிவு 44 இன் நோக்கம் என்றும் தெரிவித்துள்ளார்.

நாட்டின் குடிமக்களுக்கு ஒரே சீரான பொது சிவில் சட்டத்தை அளிக்கும் பொறுப்பு அரசுக்கு உள்ளது என்றும், மதம் சார்ந்த மற்றும் முரண்பட்ட சித்தாந்தங்களால் கட்டமைக்கப்பட்ட தனிப்பட்ட சட்டங்கள் மேல் உள்ள விசுவாசம் அகற்றப்பட வேண்டும் என்றும் தேசிய ஒருமைப்பாட்டுக்கு பொது சிவில் சட்டம் அவசியம் என்றும் அன்றைய உச்ச நீதிமன்ற தலைமை நீதிபதி ஒய்.வி.சந்திரசூட் கூறியுள்ளார்.

முன்னாள் தலைமை நீதிபதி எம்.சி. சாக்லா, மார்ச் 1973-ல் வெளியான தனது Plea for a Uniform Civil Code எனும் கட்டுரையில், "அரசு கொள்கைகளை கட்டுப்படுத்தும் ஒரு கட்டாய பிரிவான அரசியல் சாசனத்தின் 44ம் சரத்து நடைமுறைப்படுத்த அரசு கடமைப்பட்டுள்ளது என்று கூறுகிறார்.

ஜெய்ப்பூர் உயர்நீதிமன்றத்தின் 17 Lawyers Chambers-ஐ சேர்ந்த பிரபல வழக்கறிஞர் எம். ரஃபிக், Right to maintenance under Muslim law; A Legalistic view என்ற தனது கட்டுரையில், மதச்சார்பற்ற நாடான இந்தியாவில் ஏன் நம்மால் பொது சிவில் சட்டம் கொண்டு வர முடியாது? அல்லது நாம் நம் மதசார்பற்ற தன்மையைப் படிப்படியாக இழந்து வருகிறோமா?" என்று கூறியுள்ளார்.

கருத்து : 4

மதரஸா கல்வி ஒரு வெடி குண்டு (Time bomb)

மதரஸா கல்வியின் தீமைகள்:

1..நவீன கல்வி புறக்கணிப்பு : நவீனப் பாடங்களைப் புறக்கணித்து, சமயக் கல்விக்கு அதிக முக்கியத்துவம் அளிக்கப்படுகிறது. மதரஸா கல்வி, நவீன கல்வியைப் புறக்கணித்து, 1,400 ஆண்டுகளுக்கு முந்தைய உலகத்தைப் பற்றி முஸ்லிம்களுக்குப் போதிப்பதில் முழுமையாகக் கவனம் செலுத்துகிறது.

2. பின்தங்கிய நிலை: பெண்களின் உரிமைகள் குறித்த இஸ்லாத்தின் நிலைப்பாடு நீண்ட காலமாகத் தேங்கி நிற்கிறது. பல குடும்பங்கள், குறிப்பாக ஏழ்மையான பின்னணியில் இருந்து வருபவர்கள், தங்கள் பிள்ளைகள் கல்வி பெறுவதற்கு மதரஸாக்களையே ஒரே யதார்த்தமான வழியாகக் கருதுகின்றனர். ஏனெனில், மதரஸாக்கள் **தங்கள் மாணவர்களுக்கு உணவும் தங்க்குமிடமும் வழ**ங்குகின்றன. மதரஸா மாணவர்கள் தங்கள் குருக்களிடம் மிகுந்த பக்தி செலுத்தும் போக்கைக் கொண்டுள்ளனர். ஏழை முஸ்லிம்கள் மதரஸா கல்வி மற்றும் தீவிரவாதம் எனும் வலையில் சிக்கிக் கொள்கின்றனர். அங்கு, மனப்பாடத்தின் அடிப்படையில் நிறுவப்பட்ட சர்வாதிகாரக் கோட்பாட்டுக் கல்வியானது, சுதந்திரமான சிந்தனை**யை** கூடத் தடுக்கிறது; மதவெறிக்கு பச்சைக்கொடி காட்டுகிறது.

3. மேற்பார்வை இன்மை : மதரஸாக்களில் தரப்படுத்தப்பட்ட மேற்பார்வை மற்றும் ஒழுங்குமுறை இல்லாதது மற்றொரு குறையாகும். இது கல்வியின் தரத்தில் வேறுபாடுகளுக்கு வழி வகுக்கும். இந்த மேற்பார்வை இல்லாமை என்பது சுரண்டல், நிதி முறைகேடு ஆகியவற்றான சாத்தியக்கூறுகளை ஏற்படுத்துகிறது.

கருத்து 5 : நமது பாரதத்திலே

1. இந்துக்களை இரண்டாம் தர குடிமக்கள் ஆக்கும் வகையில் மதத்துக்கு ஒரு சட்டம் என்பதை மாற்றிடவும்,

2. ஏழை முஸ்லிம்கள் இடையே தீவிரவாதத்துக்கான சாத்திய கூறுகளை ஏற்படுத்தக் கூடிய மதரஸா கல்வியை (அதுவும் அரசாங்க செலவில் நடப்பதை) முறையாக ஒழுங்கு படுத்தவும்

பல காலமாக விஸ்வ ஹிந்து பரிஷத் மற்றும் இந்து முண்ணனி போன்ற அமைப்புகள் குரல் கொடுத்து வருகின்றன.

கருத்து 6

ஆனால் இந்த நவீன காலத்தில் நாகரீகம் முன்னேறியுள்ளது. இப்போது நிலை மாறியுள்ளது.

கால, தேச, வர்தமானம் மாறி உள்ளது. .நவீன காலத்தில், இந்திய தேசத்தில் வர்த்தமானம் (அதாவது சூழ்நிலை) எப்படி உள்ளது எனக் காண்போம்.

காலம் : நவீன காலம்.

தேசம் : இது இந்திய தேசம்.

1 .இங்கு முன்றில் இரு பங்கு முஸ்லீம்கள் சூஃபி என்னும் பரோல்வி பிரிவினர். இவர்கள் மிதவாத சிந்தனை கோண்டவர்கள்.

2 .பல நூற்றாண்டுகளாக இந்துக்களுடன் இணைந்து வாழும் கலாச்சார இணைப்பு கொண்டவர்கள். எனவே தீவிர வாதம் குறைகிறது.

3 .பல இந்திய முஸ்லீம் மதத் தலைவர்கள் தீவிரவாதத்தை வெளிப்படையாக எதிர்த்து வருகின்றனர்.

4 .இந்தியாவில் ஒப்பீட்டு அளவில் முஸ்லிம் களின் மதவெறி மற்ற நாடுகளை விட மிகக் குறைவு.

5 .முஸ்லிம்கள் பெரும்பாலும் பான்-இஸ்லாமிக் அடையாளத்தை விட தேசிய அடையாளத்தையே விரும்புகின்றனர்.

6. தலைமை நீதிபடியாக இருந்த திரு. முகமது கரீம் சாக்ளா, ஜெய்பூர் உயர்நீதி மண்ற பிரபல வழக்கறிஞர் எம். ரஃபிக் மற்றும் பலர் பொது சிவில் சட்டம் கொண்டு வர வலியுறுத்தி உள்ளனர்.

7. முஸ்லிம்கள் சகிப்பு தன்மையுள்ள அக்பர், ஹுமாயுன் போன்ற பெயர்களையே வைக்கின்றனர். சகிப்பு தன்மையற்ற ஔரங்கசீப் அன்னிய படையெடுப்பாளன் பாபர் போன்ற பெயர்களை வைப்பது இல்லை.

வர்த்தமானம் : சூழ்நிலை அல்லது context.

1.அண்டை நாடான பாக்கீஸ்தான் இந்தியாவில் காஷ்மிர் பகுதியில் தீவிர வாதத்தை தூண்டுகிறது.

2.பங்ளாதேஷிலும் சமீபத்தில் வன்முறை ஏற்பட்டு இந்துக்கள் கொடுமைக்கு ஆளாகின்றனர்.

3.முஸ்லீம் இளைஞர்கள் வஹாபியிசம் போன்ற தீவிரவாதத்துக்கு இறையாகின்றனர். .அதற்கு சீர்திருத்தம் செய்யப் படாத வக்ப் போர்டு கல்வியும், எவ்வித கண்கானிப்பும், கட்டுப்பாடும் அற்ற மசூதிகள் மற்றும் மதசஸாக்களும் ஒரு காரணம் ஆகிறது.

4. **முஸ்லிம்கள் பலர் பொது சிவில் சட்டத்தை எதிர்க்கின்றனர்.**

இப்போது காலம் மற்றும் தேசம், ஆகியன சாதகமாக மாறி இருப்பினும், வர்தமானம் என்னும் சூழ்நிலை சரியின்றி இருப்பதால், ஒரு சிறு சதவீதம் தீவிரவாதிகளாக இருப்பினும் கூட, அது மிகக் கடினமான பாதிப்பை ஏற்படுத்த கூடும் என்பதால் அரசும், போலீசும், உளவு துறையினரும், அமைதியை நாடும் முஸ்லிம்களும் மற்றும் இந்துக்களும் கூட இது விஷயங்களை அறிந்து இருப்பதும், கவனமாக இருப்பதுவும் அவசியம் ஆகிறது.

4. வீர சிவாஜி

சிவாஜி மஹாராஜின் ஹிந்தவீ ஸ்வராஜ்யம்

கதை 4:

சங்கத்தின் இரு ஆதர்ஷ புருஷர்கள் மன்னர் சத்ரபதி சிவாஜியும் துறவி விவேகானந்தரும் ஆவர். நமது பாரத தேசம் அன்னிய மிலேச்சர்கள் படையெடுப்புகளால் நிலைகுலைந்து இருந்த போது தனது பண்பாட்டை இழந்து, ஹிந்து மதம் அழிந்து போகும் நிலையில் இருந்த போது, அந்நிலையை மாற்றிய வீரப் பெருமகன் மராட்டிய சிவாஜியே ஆவார்.

சிவாஜி மஹாராஜ் அவர்களின் வாழ்க்கையை முழுதும் விவரிக்க முனைந்தால் அது பெரிய இதிகாஸம் அளவு நீண்டு விடும். எனவே அவர் வாழ்வில் திருப்பு முனையான சம்பவம், அவர் ஹிந்து சாம்ராஜ்யத்தை ஏற்படுத்துவதற்கு முதல்படியாக அமைந்த ஒரு நிகழ்வை மட்டும் இங்கே பார்ப்போம். அது அவர் பிஜாப்பூர் நிஜாமின் பல மலைக் கோட்டைகளை பிடித்து, கொங்கன் பகுதியில் தனது ஆதிக்கத்தை நிலை பெற செய்ய முனைந்த துவக்க காலம். பிஜப்பூர் சுல்தானும், அவர் தாயாகிய பேகமும் சிவாஜியை பிடித்து வர படையெடுத்து செல்ல யார்

முன்வருகிறீர்கள்? எனக் கேட்ட போது, மிகப் பலரும் மௌனம் சாதிக்க, இராட்சதன் போன்ற உருவம் படைத்த அப்ஸல்கான் முன் வந்தான்.

அவன் பெரும் குதிரை படை, பீரங்கிப்படை, காலாட்படையுடன் கிருஷ்னா நதியைக் கடந்து, துல்ஜாபூர் அருகே வந்தான். சிவாஜி பிரதாப்காட் இல் நிலை பெற்றார். அப்ஸல்கான் சிவாஜியின் குலதெய்வம் ஆன துல்ஜாபூர் பவானி மாதா ஆலயத்தினை தாக்கினான். விக்ரஹத்தை அப்ஸல்கான் உடைத்தான். பூஜாரிகள் கொல்லப் பட்டனர். கோவிலும் தகர்க்கப் பட்டது. அதே போல பண்டரிபுரம் விட்டோபா கோவிலும், சிங்கனாபூர் மஹாதேவ் கோவிலும் கூட புனிதம் கெடுக்கப் பட்டுத் தகர்க்கப்பட்டன. பண்டரிபுரம் பாண்டுரங்கன் கோவிலில் கருவறையிலேயே பூஜாரி கொல்லப்பட்டார்; கோவிலுக்கு உள்ளேயே பெண்கள் சீர்குலைக்கப் பட்டனர். ஆனாலும் சிவாஜி அப்ஸல்கானை தாக்க முனைய வில்லை. எல்லோரும் சிவாஜி பயந்து விட்டார் என கேலி செய்தனர். ஆனாலும் கூட சிவாஜி அசையவில்லை. தனது மலைக் கோட்டையை விட்டு சமவெளிப் பகுதிக்கு வரவும் இல்லை.

அப்ஸல்கான் தனது தூதுவராக கிருஷ்ணாஜி பாஸ்கர் என்ற பிராமணரை பிரதாப்காட் கோட்டைக்கு சிவாஜியை சந்திக்க அனுப்பினான். சிவாஜி எதிர் கொண்டு சென்று அவரை வணங்கி வரவேற்று, தனது கோட்டைக்கு அழைத்து

வந்தார். பகிரங்கமான சபையில் அவருக்கு பேட்டி அளித்தார். பிறகு இரவில் கிருஷ்ணாஜி பாஸ்கரை, சிவாஜி தனிமையில் சந்தித்தார். தான் பிஜாபூர் சுல்தான் அல்லது முகலாயர்கள் கீழ் ஒரு படைத் தளபதியாக சுகமாக இராமல், ஹிந்து மதம் காக்க வேண்டி ஒரு கடுமையான போரில் இறங்கி இருப்பதாகவும், அதற்கு இந்து மத காவலர்களான கிருஷ்ணாஜி போன்ற பிராமணர்களின் ஆசியை வேண்டுவதாகவும், முஸ்லிம் சுல்தான்களும், தளபதிகளும் இந்து கோவில்களை தகர்ப்பதை கிருஷ்ணாஜி போன்ற மகான்கள் அனுமதிக்க கூடாது என்றும் கூறினார். அதன் மேல் கிருஷ்ணாஜி பாஸ்கர் மனம் மாறினார். அப்ஸல்கானின் உண்மை நோக்கத்தை அவர் வெளிப்படுத்தினார். சமாதானம் பேசி, அதன் மூலம் சிவாஜியை சிறைப் பிடித்து, கூண்டில் அடைத்து பிஜாப்பூரில் காட்சிப் பொருள் ஆக்க வேண்டும் என்பதே அது. சிவாஜி கிருஷ்ணாஜி இடம் அப்ஸல்கானை மலை அடிவாரமான ஜாவளி பகுதிக்கு அழைத்து வர வேண்டுகோள் விடுத்தார்.

கிருஷ்ணாஜி உடன் கோபிநாத் என்னும் தனது தூதுவரையும் சிவாஜி அனுப்பினார். கோபிநாத் மலை அடிவாரத்துக்கு அப்ஸல்கான் வந்தால் சிவாஜியும் சந்திக்க வருவதாக தெரிவித்தார். கிருஷ்ணாஜி அப்ஸல்கானை தனிமையில் சந்திக்கும் போது கூறினார். “உங்கள் பெயரை கேட்டாலே சிவாஜி நடுங்குவதை கண்டேன்,

அவன் மலையை விட்டு இறங்கவே மாட்டான். அவனை பிடிக்க இதுவே வழி, சரியான சந்தர்ப்பம். ஜாவளி பகுதியில் உங்கள் படை தங்க தகுந்த இடவசதி இருக்கிறது. சிவாஜியின் நிபந்தனைகளை ஒப்புக் கொள்ளுங்கள். உங்கள் முன் அவன் ஒரு தூசு" என்று கூறினார். அதன் மேல் சிவாஜியின் நிபந்தனைகளை ஏற்றுக் கொள்வதாக அப்ஸல்கான் அறிவித்தான்.

தனது படையில் இருந்து தேர்ந்து எடுக்கப் பட்ட 1500 வீரர்களுடன் மலை அடிவாரமான ஜாவளி பகுதிக்கு நகர்ந்தான். செல்லும் வழியிலும், படை தங்கும் பகுதியிலும், படைப்பிரிவு நகர வசதியாக புதர்களை அகற்றி, உணவு, நீர் ஏற்பாடு செய்தார் சிவாஜி.

சந்திப்பு நடக்க ஏற்படுத்தப் பட்ட கூடாரத்திற்கு உற்சாகத்துடன் பல்லக்கில் வந்து சேர்ந்தான் அப்ஸல்கான். இரு வீரர்கள் இருந்தால் மட்டுமே சிவாஜி வருவான் என்றும், அவனும் இரு வீரர்களை மட்டிலுமே அழைத்து வருவான் என்றும் கிருஷ்ணாஜி பாஸ்கர் கூறினார். எனவே அவன் புகழ் பெற்ற வாள் வீரன் சையது பண்டாவை கூடார வாசலிலும், கிருஷ்ணாஜியை அருகிலும் வைத்து, மற்றவர்களை சற்று தொலைவில் இருக்கச் சொன்னான் அப்ஸல்கான். அவன் தனது உடல் பலத்தின் மீது அதிக நம்பிக்கை வைத்து இருந்தான். சிவாஜி இரு வீரர்களுடன் வந்தார். இருவரும் நெருங்கியவுடன், சிவாஜியை கட்டி அணைத்த

மலை போன்ற அப்ஸல்கான் தனது யானைத் துதிக்கை போன்ற வலிய கரங்களால் சிவாஜியின் கழுத்தை முறிக்க முயன்றான். ஆனால் மல்யுத்தத்தில் வல்லவரான சிவாஜி உடலை இரும்பு போல் ஆக்கிக் கொண்டு, உடலை முறுக்கி தப்பித்தார், பின்னர் அப்ஸல்கான் குறுவாளால் அவரின் விலாவில் குத்த முற்பட்டான். ஆனால் அவர் சிறுசிறு இரும்பு சங்கிலிகளால் ஆன கவசத்தை உள்ளே அணிந்து இருந்ததால், அதுவும் பலிக்க வில்லை. அதே சமயம் சிவாஜியும் தனது கையில் அணிந்திருந்த இரும்பால் ஆன நகம் போன்ற ஆயுதத்தால் அப்ஸல்கானின் வயிற்றை கிழித்து குடலை உருவினார். குடலை ஒரு கையினால் பற்றிக் கொண்டு, அப்ஸல்கான் தனது பெரிய வாளால் சிவாஜியை தாக்க முனைந்தான். அதனை தனது கேடயத்தால் தடுத்தார் சிவாஜி. அப்ஸல்கான் "கொலை, கொலை, சதி, சதி." எனக் கூச்சலிட்டான். அருகில் இருந்த புகழ் பெற்ற வாள் வீரன் சையது பண்டா தனது இருபுறமும் கூரான வாளால் சிவாஜியை தாக்க முனைத்தான். அங்கு ஓடி வந்த ஜீவா மல்லயாவின் வாளை பெற்று, சிவாஜி சையது பண்டாவுடன் போரிட்டார். இன்னொரு வாளை எடுத்த ஜீவா மல்லையா சையது பண்டாவின் கையை வெட்டவே அவன் தரையில் விழுந்தான். அங்கு ஓடி வந்த அப்ஸல்கானின் வீரர்கள் அவனை பல்லக்கில் ஏற்றி அனுப்பினர். சிவாஜியின் மற்ற இரு காவலர்கள் தானஜி

மல்லுசரோ மற்றும் யாசோஜி குங்க் இருவரும் ஓடிச் சென்று, பல்லக்கு தூக்கிகளின் கால்களை தாக்கினர். எனவே அவர்கள் பல்லக்கை கீழே போட்டு விட்டனர். அவர்கள் இருவரும் அப்ஸல்கானின் தலையை வெட்டி, ஒரு துணியில் சுற்றி எடுத்து கொண்டனர். இரு மெய்காவல் படைகளும் மோதின. தானஜி மல்லுசரோ மற்றும் யாசொஜி குங்க் இருவரும் சிவாஜியை அங்கிருந்து விலகச் செய்தனர். சிவாஜி பிரதாப்காட் கோட்டையை வெற்றிகரமாக அடைந்தார்.

உடனே கோட்டை பீரங்கிகள் முழங்கின. அதை கேட்டதும் முன்னரே திட்டம் இட்டபடியே நேதாஜி பால்கர் என்ற தளபதி தலைமையில் ஒரு படை அப்ஸல்கானின் 1500 பேர் கோண்ட காவல் படையை தாக்கியது. எதிர்பாராத தாக்குதலால் அந்தப் படை நிலை குலைந்தாலும், சுதாரித்துக் கொண்டு திருப்பிப் தாக்க ஆரம்பித்தது. ஆனாலும் சமாளிக்க முடியவில்லை. சரண் அடைந்தார்கள். அதே சமயம் மோரேபந்த் பிங்க்களே என்னும் தளபதி சமவெளியில் இருந்த பெரும் படையை தாக்கினார், முற்றிலும் தயார் நிலையில் இல்லாமல், சரி யான வழிகாட்டி இல்லாத அப்படை முழுவதும் தோல்வி அடைந்து சிதறியது. நூற்றுக்கணக்கான யானைகளும், எட்டு ஆயிரம் குதிரைகளும், ஆயிரம் ஒட்டகங்களும், மற்றும் ஏராளமான செல்வமும், ஆயிரக்கணக்கான கூடாரங்களும்

பிடிக்கபட்டன. ஆயிரக்கணக்கில் வீரர்களும் சிறை படுத்தப் பட்டனர்.

சிவாஜி பெரு வெற்றி அடைந்தார். பல பகுதிகளை மீண்டும் கைப்பற்றினார். தவிர புதிய கோட்டைகளையும், சமவெளிப் பகுதிகளையும் கூட பிடித்தார். பாரதம் முழுவதுமே மகிழ்ச்சி பரவியது. துல்ஜா பவானி கோவில் சீரமைக்கப் பட்டது. அப்ஸல்கான் தலையும், பெரும் செல்வமும் பவானி மாதாவுக்கு சமர்ப்பிக் பட்டன. மற்ற கோவில்களும் கூட சீரமைக்கப் பட்டன. அதன்பின் பல நூறு ஆ/ண்டுகள் நிலை பெற்ற மராட்டிய சாம்ராஜ்யம் நிலை பெற அடித்தளமான ஒரு சம்பவம் இதுவாகும்.

சிவாஜியின் சாம்ராஜ்யத்தின் சிறப்பு

கதை 5

சிவாஜியின் :பிறப்பு மற்றும் இளமை: சிவாஜி, 1630-ல் சிவனேரி (Shivner) கோட்டையில் ஷாஜி போன்ஸ்லே மற்றும் ஜிஜாபாய் தம்பதியினருக்கு மகனாகப் பிறந்தார்.

முகலாயப் பேரரசிற்கு எதிரான போராட்டம்:

முகலாயப் பேரரசின் அதிகாரத்தை எதிர்த்து, பிஜாப்பூர் மற்றும் கோல்கொண்டா சுல்தான்களுடன் போரிட்டு மராத்திய ராஜ்ஜியத்தை நிறுவினார்.

மத நல்லிணக்கம்: அவரது ராஜ்ஜியத்தில் மத நல்லிணக்கத்தைப் பேணி, பல தரப்பட்டோரை ஒருங்கிணைத்தார்; பெண்களைக் கண்ணியப் படுத்தவும், மசூதிகளைத் தாக்காமல் இருக்கவும் கட்டளையிட்டார்.

முக்கியப் போர்கள் மற்றும் நிகழ்வுகள்:

அப்சல்கான் வதம் (1659) : பிஜாப்பூர் சுல்தானின் படைத்தலைவன் அப்சல்கானின் சூழ்ச்சியை முறியடித்து அவரைக் கொன்றார். அப்சல்கானால் தகர்க்கப் பட்ட துல்ஜாபூர் பவானி மாதா, பண்டரிபுரம் விட்டல நாதர், சிங்னாபூர் மஹாதேவர் ஆகிய ஆலயங்களை புனரமைத்தார்.

புரந்தர் உடன்படிக்கை: முகலாயர்களின் தளபதி ராஜா ஜய்சிங் என்னும் வீரர் தனது ரஜபுத்திர படையுடன் சிவாஜியை தாக்கினார். மராட்டியர்களும், ரஜபுத்திரர்களும் தங்களுக்குள் மோதுவதை விரும்பாத சிவாஜி அவருடன் புரந்தர் ஒப்பந்தம் செய்து, முகலாயர் களின் கீழெ ஒரு மான்சப்தாராக இருக்கவும் ஒப்புக் கொண்டார். அதன்படி ஆக்ரா சென்ற சிவாஜி சபையில் அவமரியாதை செய்யப் பட்டதால், சபையை விட்டு வெளி யேறினார். அதன் பின் அவர் ஔரங்கசீபினால் கைது செய்யப் பட்டார்.

ஆக்ராவிலிருந்தது தப்பித்தல் : முகலாயப் பேரரசால் சிறைபிடிக்கப்பட்ட சிவாஜி,

பழக்கூடைகளில் மறைந்து, அவை காசிக்குச் செல்வதாகக் கூறி, ஆக்ராவிலிருந்து தப்பித்தார். அந்நிகழ்ச்சி நாடு முழுவதும் மகத்தான அதிர்வலைகளை ஏற்படுத்தியது.

பாவன்கிண்ட்(Pawankhind) போர்(1660): எதிரி களிடமிருந்து தப்பிப்பதற்காக, பாஜி பிரபு தேஷ்பாண்டே தனது 300 வீரர்களுடன் ஆயிரக்கணக்காண எதிரிகளை எதிர்கொண்டு, சிவாஜி பாதுகாப்பாக விசால்கட் கோட்டைக்குச் செல்ல உதவிய தியாகம்.

நிர்வாகம்: தனது ராஜ்ஜியத்தின் பாதுகாப்பிற்காக வலுவான கடற்படையை உருவாக்கினார், நிர்வாகத்தில் சிறந்து விளங்கினார்.

மரணம்: 1680-ல் ராய்காட் கோட்டையில் மறைந்தார் .

சிவாஜியினால் கைது செய்யப் பட்ட வீரர்கள் நன்கு நடத்தப் பட்டனர். கைது செய்யப் பட்ட ஆயிரக் கணக்கான வீரர்களில் இந்துக்களும், பல முஸ்லிம்களும், பட்டான்களும் கூட இருந்தனர். அதில் இருந்த மராத்தா வீரர்கள் பலர் சிவாஜியின் பெருந்தன்மையை கண்டு மனம் மாறி சிவாஜியின் படையில் இணைந்தனர். ஒரு சில முஸ்லிம்களும், பட்டான்களும் கூட சிவாஜியின் படையில் இணைந்தனர். அப்ஸல்கான் படையில் பணி புரிந்த

‘ஜுன்ஞ்சர்ராவ் காட்கே’ என்னும் மராட்டிய படைத் தளபதியை தனது படையில் சேர்க்க சிவாஜி பெறிதும் முயன்றார். ஆனால் அவர் பிஜாப்பூர் சுல்தான் அடில்ஷாவை விட்டு விலக விரும்ப வில்லை, இருப்பினும் அவரை சிவாஜி குதிரையும், செல்வமும் கொடுத்து விடுதலை செய்தார்.

தவிர பிஜாப்பூர் படைக்கு திரும்ப விரும்பிய அனைத்து இந்து மற்றும் முஸ்லிம் வீரர்களுக்கும், அவர் அவர் தகுதிக்கு ஏற்ப பொருள், குதிரை முதலியன கொடுத்து அனுப்பினார். அவர்களை கொல்லவோ, நிரந்திரமாக சிறை வைக்கவோ அவர் விரும்ப வில்லை. சரணாகதி ஆன, ஆயுதம் அற்ற வீரர் எவரும் அவரால் கொல்லப் படவில்லை. ஆனால் அதே சமயம் பிஜாப்பூர் மற்றும் முகலாய சுல்தான்கள் கைது செய்யப் பட்ட நிராயுதபாணியான வீரர்களை சித்திரவதை செய்து கொன்று வந்தார்கள்.

முன்னதாக கி.பி. 1191 இல் நடந்த முதலாம் தரையின் போரில் (Battle of Tarain I) தோல்வி அடைந்து, புல்லை கடித்துக் கொண்டு உயிர் பிச்சை கேட்ட முகமது கோரியை விடுதலை செய்தார் டில்லி அரசர் பிருத்விராஜ். ஆனால் கி.பி. 1192 இல் நடந்த இரண்டாம் தரையின் போரில் (Battle of Tarain II) பிருத்விராஜை

கைது செய்த முகமது கோரி பிருத்விராஜின் கண்களை தோண்டி, சித்ரவதை செய்து அவரை கொன்றான். அதன் பின் முகமது கோரி பாரதத்தில் முதல் முறையாக ஒரு முஸ்லிம் இராஜ்யத்தை டில்லியில் நிறுவினான். இவைகளை எல்லாம் அறியாதவர் அல்ல சிவாஜி. ஆனாலும், நிராயுதபாணியான வீரர்கள் எவரையும் அவர் கொல்லவில்லை. இதில் வியப்படைய ஏதும் இல்லை. இது ஹிந்துஸ்தானத்தின் தன்மை மற்றும் ஒவ்வொரு இந்துவின் இரத்தத்திலும் உள்ள இயல்பு இதுவே ஆகும்.

5. விவேகானந்தர்

கதை 6 :

ஸ்ரீ இராமகிருஷ்ணர் என்னும் தவசீலரால் ஆட்கொள்ளப் பட்ட சீடர்களில் மிக முக்கியமானவர் ஸ்ரீ விவேகானந்தர் ஆவார்.

சுவாமி விவேகானந்தர் அவர்கள், கல்கத்தாவில் ஜனவரி 12, 1863ல் விஸ்வநாத் தத்தாவுக்கும், புவனேஸ்வரி தேவிக்கும் மகனாகப் பிறந்தார். அவரது இயற்பெயர் நரேந்திரநாத் தத்தா என்பதாகும். அவர் ஒரு துறவியாக மாறிய போது, பாரத சுற்றுப்பயணத்தின் போது, அவரது நரேந்திரர் என்னும் இயற்பெயரை 'சுவாமி விவேகானந்தர்' என்று மாற்றிக் கொண்டார். (இன்றைக்கும் கூட ஒரு நரேந்திரர் நமது பிரதமராக இருக்கிறார்.)

நரேந்திரன் இளமையில் கலகலப்பாகவும், குறும்புத்தனமாகவும் இருந்தார். இவர் படிப்பு மற்றும் விளையாட்டுகளில் மிகச் சிறந்து விளங்கினார். இவர் மிகச்சிறிய வயதிலேயே, வாய்மொழி, இசைக் கருவிகள் வாசிப்பது, மற்றும் தியானம் ஆகியவற்றைப் பயிற்சி மேற்கொண்டு பயின்றார். இவர் இளம் வயதில் இருக்கும் பொழுதே, சாதி மத பாகுபாட்டால் சமூகத்தில் நிலவிய மூடபழக்கவழக்கங்கள் பற்றிப் பல கேள்விகளும், சந்தேகங்களும் எழுப்பினார்.

நரேந்திரர் 1879ல் மெட்ரிக் பள்ளிப்படிப்பை முடித்து, கல்கத்தாவிலுள்ள பிரசிடென்சி கல்லூரியில் சேர்ந்தார். ஒரு வருடம் கழித்து, அவர் கல்கத்தாவிலுள்ள ஸ்காட்டிஷ் சர்ச் கல்லூரியில் சேர்ந்து தத்துவம் படித்தார். அவர் ஐரோப்பிய நாடுகளின் வரலாற்றையும் மற்றும் மேற்கத்திய தத்துவங்களையும், தருக்க இயலையும், படித்தார். அவர் தனது ஆய்வுகளில் முன்னேறியதும், அவரது சிந்தனைகளின் பீடம் அபிவிருத்தி அடைந்தது. கடவுள் இருப்பது பற்றித் தொடர்பான சந்தேகங்கள், அவரது மனதில் எழத் தொடங்கியது.

தஷினேஸ்வர் 'ஸ்ரீ ராமகிருஷ்ண பரமஹம்சர்' பற்றி சுவாமி விவேகானந்தர் அவர்களுக்குத் தெரிய வந்தது. ஸ்ரீ ராமகிருஷ்ணர் அவர்கள், தஷினேஸ்வர் காளி அம்மன் கோவிலில் ஒரு பூசாரியாக இருந்தார். அவர் ஒரு கல்வியாளராக இல்லையென்றாலும், ஒரு சிறந்த பக்தனாக இருந்தார். அவர் பல முறைக் கடவுளை உணர்ந்தார் என்றும் கூறினார். ஒருமுறை, சுவாமி விவேகானந்தர் அவர்கள், அவரது நண்பர்களுடன் அவரைப் பார்க்க தஷினேஸ்வருக்குச் சென்றார். அவர் ராம கிருஷ்ணரிடம், "கடவுளை பார்த்திருக்கிறீர்களா?" என்று கேட்டார். அதற்கு உடனடி பதிலாக, ராமகிருஷ்ணர் அவர்கள், "ஆம், நான் உன்னை இங்கே பார்ப்பது போல், இன்னும் தெளிவாக கடவுளைப் பார்த்திருக்கிறேன்" என்றார். இது

சுவாமி விவேகானந்தர் அவர்களுக்கு, அதிர்ச்சியாகவும், புதிராகவும் இருந்தது.

அவர் ராமகிருஷ்ணரின் வார்த்தைகள் நேர்மை யானதாகவும், அவருக்குக் கிடைத்த ஆழ்ந்த அனுபவமே அவரை இவ்வாறு உச்சரிக்க செய்தது என்பதையும் உணர்ந்தார். இதுவே, அவர் அடிக்கடி ராமகிருஷ்ணர் அவர்களை சென்று சந்திக்கக் காரணமாக அமைந்தது.

ராமகிருஷ்ணர் மீது அவர் கொண்ட பற்று

எதையும் முற்றிலும் ஏற்கும் முன், அதனை சோதித்துப் பார்க்கும் குணம், சுவாமி விவேகானந்தர் அவர்களுக்கு இருந்தது. ஆகவே, எந்த ஒரு சோதனையும் இல்லாமல் ராமகிருஷ்ணர் அவர்களை தனது குருவாக ஏற்றுக் கொள்ள அவரால் இயலவில்லை. அப்போது அவருக்கு ராமகிருஷ்ணர் அவர்கள் உரைத்தது ஞாபகத்திற்கு வந்தது. ‘ஒருவர் கடவுளை உணர வேண்டும் என்றால், பணம் மற்றும் பெண்களின் மீதுள்ள ஆசையை விட்டுக் கொடுக்க வேண்டும்’ என்று கூறினார். இதனை நினைவில் கொண்ட விவேகானந்தர் அவர்கள், ராமகிருஷ்ணர் அவர்களின் தலையணை க்கடியில் ஒரு ரூபாய் நோட்டை மறைத்து வைத்தார். வெளியில் சென்ற ராமகிருஷ்ணர் அவர்கள், தனது அறைக்கு வந்து கட்டிலில் படுத்தார். மறுகணமே, அவருக்குத் தேள் கடித்தது போல் இருந்ததால், கட்டிலிலிருந்து குதித்தார்.

பின்னர், அவரது மெத்தையை உதறியபோது, அவர் ரூபாய் நாணயம் கீழே விழுந்ததைக் கண்டார். பின்னர், இச்செயல் சுவாமி விவேகானந்தருடையது என்பதையும் அவர் அறிந்தார், சுவாமி விவேகானந்தர் ராமகிருஷ்ண பரமஹம்சரை தனது குருவாக ஏற்றுக் கொண்டு, இரட்டைத் தன்மையல்லாத அத்வைத வேதாந்தத்தில் ஐந்து ஆண்டுகள் அவரின் கீழ் பயிற்சி மேற்கொண்டார்.

விவேகானந்தரின் வாழ்க்கையில் நடந்த ஒரு அற்புதமான சம்பவம் உண்டு. ஒருநாள், அவரது தாயார் மிகவும் நோய்வாய்ப்பட்டு மரணப் படுக்கையில் இருந்தார். அப்போது திடீரென்று விவேகானந்தருக்கு தன் கைகளில் பணம் இல்லாததும், தாயாருக்குத் தேவையான மருந்தையோ உணவையோ வழங்க முடியவில்லை என்பதும் மனதில் தோன்றியது. அம்மாவுக்கு உடல்நிலை சரியில்லாமல் இருந்தபோது அவரை கவனித்துக்கொள்ள முடியவில்லை என்பது அவருக்கு மிகுந்த கோபத்தை ஏற்படுத்தியது. விவேகானந்தரைப் போன்ற ஒரு மனிதன் கோபப்பட்டால், அவர் உண்மையில் கோபத்தின் உச்சத்தில் உள்ளார் என்பதாகும். ராமகிருஷ்ணரிடம் போனார். கோபம் வந்தாலும் வேறு எங்கும் போகவில்லை, அங்கேதான் போனார்.

அவர் ராமகிருஷ்ணரிடம் கவலையுடன் சொன்னார், “இந்த ஆன்மீகம் முட்டாள்தனம். இது

என்னை எங்கே கொண்டு செல்கிறது? நான் வேலையில் இருந்திருந்தால், நான் செய்ய வேண்டிய விஷயங்களைச் செய்திருந்தால், இன்று என் அம்மாவை நான் கவனித்துக் கொண்டிருக்கலாம். நான் அவளுக்கு உணவு கொடுத்திருக்கலாம், மருந்து கொடுத்து இருக்கலாம், அவளுக்கு ஆறுதல் கொடுத்து இருக்கலாம். இந்த ஆன்மீகம் என்னை எங்கே கொண்டு சென்றது?"

ராமகிருஷ்ணர் வழிபடும் காளி சந்நிதி அருகில் இருந்தது. அவர் "உன் அம்மாவுக்கு மருந்தும் உணவும் தேவையா? ஏன் அம்மாவிடம் போய் உனக்கு என்ன வேண்டும் என்று கேட்கக்கூடாது?" விவேகானந்தருக்கு இது ஒரு நல்ல யோசனையாகத் தோன்றியது, அவர் சந்நிதிக்குள் சென்றார்.

சுமார் ஒரு மணி நேரம் கழித்து வெளியே வந்தார். ராமகிருஷ்ணர், "அம்மாவிடம் சாப்பாடு, பணம் மற்றும் உங்கள் அம்மாவுக்குத் தேவையானதைக் கேட்டாயா?" என்றார்.

அதற்கு அவர், "இல்லை, மறந்துவிட்டேன்" என்றார். மீண்டும் உள்ளே சென்று கேள்" என்றார் ராமகிருஷ்ணர். விவேகானந்தர் மீண்டும் சந்நிதிக்குள் சென்று நான்கு மணி நேரம் கழித்து திரும்பி வந்தார். ராமகிருஷ்ணர் அவரிடம், "அம்மாவிடம் கேட்டாயா?"

அதற்கு விவேகானந்தர், "இல்லை, மறந்துவிட்டேன்" என்றார். ராமகிருஷ்ணர் மீண்டும் கூறினார். "மறுபடியும் உள்ளே போ. இந்த முறை மறக்காமல் கேள்."

விவேகானந்தர் உள்ளே சென்று எட்டு மணி நேரம் கழித்து வெளியே வந்தார். ராமகிருஷ்ணர் மீண்டும் அவரிடம், "அம்மாவிடம் கேட்டாயா?"

விவேகானந்தர், “இல்லை, நான் கேட்கமாட்டேன். நான் கேட்க வேண்டிய அவசியம் இல்லை."

அதற்கு ராமகிருஷ்ணர், “நல்லது. நீ இன்று சந்நிதியில் ஏதாவது கேட்டிருந்தால், இதுவே உனக்கும் எனக்கும் இடையிலான கடைசி நாளாக இருந்திருக்கும். நான் உன் முகத்தை மீண்டும் பார்த்திருக்க மாட்டேன், ஏனென்றால் கேட்கும் முட்டாளுக்கு வாழ்க்கை என்னவென்று தெரியாது. கேட்கும் முட்டாளுக்கு வாழ்க்கையின் அடிப்படைகள் புரிவதில்லை."

பிரார்த்தனை என்பது ஒரு குறிப்பிட்ட குணம். நீங்கள் பக்தி செய்தால், நீங்கள் வணங்கும் நிலைக்கு உயர்ந்தால், அது ஒரு அற்புதமான வழி. ஆனால் உங்களுக்கு ஏதாவது கிடைக்கும் என்ற எதிர்பார்ப்புடன் நீங்கள் பிரார்த்தனை செய்தால், அது உங்களுக்கு வேலை செய்யப் போவதில்லை.

1886ல், ஸ்ரீ ராமகிருஷ்ணர் அவர்கள் காலமானார். அதன் பின்னர், சுவாமி விவேகானந்தர் அவர்கள்,

அவரது வாரிசாக பரிந்துரைக்கப்பட்டார். ராமகிருஷ்ணர் அவர்களது மரணத்திற்குப் பின், சுவாமி விவேகானந்தரும், ராமகிருஷ்ணரின் ஒரு சில முக்கிய சீடர்களும் துறவறம் பூண்பது என்று சபதம் எடுத்து, பரனகோர் என்ற இடத்தில் பேய்கள் நடமாடுவதாகக் கருதப்படும் ஒரு வீட்டில் வாழத் தொடங்கினர்.

இந்தியாவில் அவரது பயணம்

1890 ஆம் ஆண்டில், சுவாமி விவேகானந்தர் அவர்கள், ஒரு நீண்ட சுற்றுப்பயணம் மேற்கொண்டார். அவருடைய இந்த பயணத்தில் நாட்டின் அனைத்து இடங்களுக்கும் சென்றார். அவரது இந்தப் பயணத்தின் போது அவர், வாரணாசி, அயோத்தி, ஆக்ரா, விருந்தாவன், ஆழ்வார் போன்ற பல இடங்களுக்கும் சென்று வந்தார். இந்த சுற்றுப்பயணத்தின் போது, அவரது இயற்பெயரான 'நரேந்திரா' மறைந்து 'சுவாமி விவேகானந்தர்' என்று பெயர் பெற்றார். நல்லது மற்றும் கெட்டது என்று பகுத்தறியும் அவரது திறனுக்காக, மகாராஜா கேத்ரி என்பவர், இவருக்கு 'விவேகானந்தர்' என்று பெயரிட்டார் என்று பலரும் கூறுகின்றனர். அவரது இந்தப் பயணத்தின் போது, விவேகானந்தர் அவர்கள், மன்னரின் அரண்மனைகளிலும், ஏழைகளின் குடிசைகளிலும் தங்கினார். இந்தியாவின் பல்வேறு பகுதிகளில் வாழும் இந்திய மக்களின் கலாச்சாரங்கள் மற்றும் மக்களிடம் அவருக்கு நெருக்கமான தொடர்பு ஏற்பட்டது.

விவேகானந்தர் அவர்கள் சமுதாயத்தின் ஏற்றத்தாழ்வு மற்றும் சாதி கொடுங்கோன்மையை கவனித்தார். இந்தியா ஒரு உயிருள்ள தேசமாக ஆக்கப்படவேண்டும் என்றால், ஒரு தேசிய புத்துயிர்ப்பு தேவை என்று உணர்ந்தார்.

சுவாமி விவேகானந்தர் அவர்கள், இந்திய துணை கண்டத்தில் தென் கோடி முனையில் இருக்கும் கன்னியாகுமரிக்கு டிசம்பர் 24, 1892ல் சென்றார். அவர் கடலில் சிறிது தூரம் நீந்தி, ஒரு தனிப் பாறையின் மீது அமர்ந்து, தனது தியானத்தைத் தொடங்கினார். மூன்று நாட்கள் அங்கு தியானம் மேற்கொண்ட அவர், இந்தியாவின் கடந்த, தற்போதைய மற்றும் எதிர்காலம் பற்றி தன் தியானத்தில் கண்டதாகக் கூறினார். அவர் அமர்ந்து தியானம் செய்த அந்தப் பாறையே, விவேகானந்தர் அவர்களின் நினைவாக பிரபலமாகவும், ஒரு முக்கிய சுற்றுலா தலமாகத் திகழும் ‘விவேகானந்தர் பாறை’ என்ற பெயரில் கன்னியாகுமரியில் இன்றும் உள்ளது.

1893ல், சுவாமி விவேகானந்தர் அவர்கள், சிகாகோ உலக மதங்களின் மாநாட்டில் கலந்து கொள்ள அமெரிக்கா சென்றார். அம்மாநாட்டில் 400 மாநாட்டுப் பிரதிநிதிகளும், 4000 அமெரிக்க பிரமுகர்களும் கூடி இருந்தனர். மேடையில் அவரது அறிமுக உரையை தொடங்குவதற்கு முன்பாக, “அமெரிக்காவின் சகோதர,

சகோதரிகளே!" ("Brothers and Sisters of America") என்று அவர் உபயோகித்த புகழ்பெற்ற வார்த்தைகளுக்காகக் இரண்டு நிமிடம் நீடித்த காட்டு கரவொலி பெற்றார். ஸ்வாமிஜி அவரது பிரமாதமான பேச்சுத்திறன் மூலமாக அமெரிக்காவிலுள்ள அனைவரையும் மெய் மறக்கச் செய்தார். அவர் எங்கு சென்றாலும், இந்திய கலாச்சாரத்தின் பெருந்தன்மையைக் கருத்தூன்றிப் பேசினார். அவர் வரலாறு, சமூகவியல், தத்துவம் அல்லது இலக்கியம் போன்ற எந்த ஒரு தலைப்பாக இருந்தாலும், தன்னிச்சையாக எளிதாகப் பேசினார். அவர், கிறிஸ்துவ மதபிரச்சாரகர்கள் செய்யும் தீங்கிழைக்கும் பிரச்சாரங்களை வெறுத்தார்.

சுவாமி விவேகானந்தர் அவர்கள், இங்கிலாந்துக்கும் சென்றார். பல மக்கள் அவரது சீடர்களாக மாறினர். அவர்களில் மிகவும் பிரபலமானவர், 'மார்கரெட் நிவேதிதா'. பின்னர், அவர் இந்தியா வந்து குடியேறினார்.

ராமகிருஷ்ணா மிஷன் மற்றும் ராமகிருஷ்ணா மடம்

மேற்கு நாடுகளில் சுற்றுப்பயணம் மேற்கொண்ட சுவாமி விவேகானந்தர் அவர்கள், நான்கு ஆண்டுகளுக்கு பின்னர், 1897ல் இந்தியா திரும்பினார். இந்தியர்கள் மத்தியில் ஆன்மீக வளர்ச்சிக்கான தகவல்களைப் பரப்பத் தொடங்கினார். 'சமூக சேவை என்பது ஒரு கூட்டு முயற்சியால் மட்டுமே சாத்தியமாகும்' என்று அவர் உணர்ந்தார். இந்த குறிக்கோளை அடைய, சுவாமி விவேகானந்தர் அவர்கள், 1897ல் "ஸ்ரீ ராமகிருஷ்ணா மிஷன்" என்ற அமைப்பைத் தொடங்கி, அதன் சிந்தனைகளையும், இலக்குகளையும் முறைப் படுத்தினார். அடுத்த இரண்டு ஆண்டுகளில், கங்கை நதிக்கரையில் பேலூரில் ஒரு தளம் வாங்கினார். அங்கு, அவர் கட்டிடங்களைக் கட்டமைத்து, 'ஸ்ரீ ராமகிருஷ்ணர் மடத்தை' நிறுவினார். மீண்டும், அவர் ஜனவரி 1899 முதல் டிசம்பர் 1900 வரை மேற்கு நாடுகளுக்கு சுற்றுப்பயணம் மேற்கொண்டார்.

1900 இல் இந்தியா திரும்பிய சுவாமி விவேகானந்தர் அவர்கள், கல்கத்தா அருகில் பேலூரில் அவரால் நிறுவப்பட்ட 'ஸ்ரீ ராமகிருஷ்ணா மடத்தில்' ஜூலை 4, 1902 அன்று இயற்கை எய்தினார்.

ஸ்ரீ விவேகானந்தர் 39 ஆண்டுகளே வாழ்ந்தார் என்பது குறிப்பிடத்தகுந்தது.

சுவாமி விவேகானந்தரின் பணிகள்:

ஸ்ரீ விவேகானந்தர் இந்து மத மறுமலர்ச்சிக்கு மட்டும் அல்லாமல், பாரத சுதந்திர போராட்டத்துக்கு ஊக்கம் தரும் தேசிய புத்துணர்வையும், சமுதாய மறுமலர்ச்சியையும் கூட ஏற்படுத்தினார். மேலும் ஜாதி கொடுங்கோன்மையை களையவும், இயற்கை சீற்றத்தின் போதெல்லாம் மக்களுக்கு தொண்டு செய்யவும், ஒரு துறவிகள் அமைப்பையும் கூட ஏற்படுத்தினார்.

அமெரிக்காவில் சிகாகோவில் நடைபெற்ற சர்வ சமய மாநாட்டிலே ஸ்வாமி விவேகாந்தர் கலந்து கொண்டு உலகெங்கிலும் ஹிந்து மதத்தின் பெருமையை நிலைநாட்டினார். ஹிந்து மதம் என்பதே ஏதோ பிற்போக்கான மதம் என்றும், நமது பண்பாடு காட்டுமிராண்டித் தனமானது என்றும் ஐரோப்பியர் பிரச்சாரத்தால் மனம் மயங்கி, நம்மவர் எண்ணத் தலைப் பட்ட காலத்தில், நமது மதம், பண்பாட்டின் பெருமையை சர்வதேச மாநாட்டில் உலக அரங்கில் நிலை நாட்டியவர் சுவாமி விவேகானந்தர் ஆவார்.

சுவாமி விவேகானந்தர் கூறுகிறார். தாய்த் திருநாட்டை நேசிக்காதவன் அந்த நாட்டிற்கே களங்கம்; அவனே நாட்டிற்கு ஒரு சாபம்', 'பெண் என்றால் பேய் என்கிறார்கள் சிலர். ஆனால் அந்தப் பெண்ணிற்கு கல்வியைக் கொடு;

கல்வியால்தான் அவள் முன்னேறுவாள்'- என்று பெண்ணடிமைத்தனம் மிகுந்த காலத்திலே பெண்ணுரிமை பற்றி பேசிய புரட்சியாளர் சுவாமி விவேகானந்தர்.

விவேகானந்தரின் சொற்பொழிவுகள்

சிகாகோ சொற்பொழிவுகள்

1993 இல் அமெரிக்க நாட்டில் சிகாகோ நகரில் நடைபெற்ற புகழ் பெற்ற சர்வமத மாநாட்டில் ஹிந்துக்கள் பிரதிநிதியாக கலந்து கொண்டு சுவாமி விவேகாணந்தர் ஆற்றிய ஐந்து உரைகளில் இருந்து எளிமையும், சுருக்கமும் ஆன முதல் இரு உரைகள் மட்டும் கீழே கொடுக்கப் பட்டுள்ளன. மற்ற மூன்று உரைகளும் கூட இணயத்தில் காணலாம்.

தனது முதல் அறிமுக உரையை அவர் "அமெரிக்க சகோதரிகளே, சகோதரர்களே!" எனத் துவங்கினார். உடனடியாக எழுந்த பலத்த கரகோஷம் இரண்டு நிமிடம் நீடித்தது.

அறிமுக உரை:

அமெரிக்க சகோதரிகளே, சகோதரர்களே! இன்பமும் இதமும் கனிந்த உங்கள் வரவேற்புக்கு மறுமொழி கூற இப்போது உங்கள் முன் நிற்கிறேன்.

என் இதயத்தில் மகிழ்ச்சி பொங்குகிறது. அதனை வெளியிட வார்த்தைகள் இல்லை. உலகத்தின்

மிகப்பழமை வாய்ந்த துறவியர் பரம்பரையின் பெயரால் உங்களுக்கு நன்றி கூறுகிறேன். அனைத்து மதங்களின அன்னையின் பெயரால் நன்றி கூறுகிறேன். பல்வேறு இனங்களையும் பிரிவுகளையும் சார்ந்த கோடிக்கணக்கான இந்துப் பெருமக்களின் பெயரால் நன்றி கூறுகிறேன்.

இந்த மேடையில் அமர்ந்துள்ள பேச்சாளர்களுள் சிலர் கீழ்த்திசை நாடுகளிலிருந்து வந்துள்ள பிரதிநிதிகளைப் பற்றிக் குறிப்பிடும் போது, 'வேற்று சமய நெறிகளை வெறுக்காத பண்பினைப் பல நாடுகளுக்கு எடுத்துச் சென்ற பெருமை, தொலைவிலுள்ள நாடுகளிலிருந்து வந்துள்ள இவர்களைத்தான் சாரும்' என்று உங்களுக்குக் கூறினார்கள். அவர்களுக்கும் என் நன்றி. பிற சமயக் கொள்கைகளை வெறுக்காமல் மதித்தல், அவற்றை எதிர்ப்பு இன்றி ஏற்றுக் கொள்ளுதல், ஆகிய இரு பண்புகளை உலகத்திற்குப் புகட்டிய மதத்தைச் சார்ந்தவன் நான் என்பதில் பெருமை அடைகிறேன். எதையும் வெறுக்காமல் மதிக்க வேண்டும் என்னும் கொள்கையை நாங்கள் நம்புவதோடு, எல்லா மதங்களும் உண்மை என்று ஒப்புக் கொள்ளவும் செய்கிறோம். உலகிலுள்ள அனைத்து நாடுகளாலும் அனைத்து மதங்களாலும் கொடுமைப் படுத்தப் பட்டவர்களுக்கும், நாட்டை விட்டு விரட்டி அடிக்கப் பட்டவர்களுக்கும் புகலிடம் அளித்த நாட்டைச் சேர்ந்தவன் நான் என்பதில் பெருமைப் படுகிறேன்.

ரோமானியரின் கொடுமையால், தங்கள் திருக்கோயில் சிதைந்து சீரழிந்த அதே வருடம் தென்னிந்தியாவிற்கு வந்து எங்களிடம் தஞ்சமடைந்த அந்தக் கலப்பற்ற இஸ்ரேல் மரபினர்களுள் எஞ்சி நின்றவர்களை மனமாரத் தழுவித் கொண்டவர்கள் நாங்கள் என்று கூறிக் கொள்வதில் பெருமைப் படுகிறேன். பெருமை மிக்க சொராஸ்டீரிய மதத்தினரில் எஞ்சி யிருந்தோருக்கு அடைக்கலம் அளித்து, இன்னும் பேணிக் காத்து வருகின்ற சமயத்தைச் சார்ந்தவன் என்பதில் பெருமை கொள்கிறேன்.

என் அருமைச் சகோதரர்களே! பிள்ளைப் பருவத்திலிருந்தே நான் பாடிப் பயின்று வருவதும், கோடிக்கணக்கான மக்களால் நாள் தோறும் இன்றும் தொடர்ந்து ஓதப்பட்டு வருவதுமான பாடலின் ஒரு சில வரிகளை இங்கு, உங்கள் முன் குறிப்பிட விரும்புகிறேன்:

எங்கெங்கோ தோன்றுகின்ற ஓடையெல்லாம்

இறுதியிலே கடலில் சென்று

சங்கமாம் பான்மையினைப் போன்றுலகோர்

பின்பற்றும் தன்மை யாலே

துங்கமிகு நெறி பலவாய் நேராயும்

வளைவாயும் தோன்றி னாலும்

அங்கு அவைதாம் எம்பெரும! ஈற்றில் உனை

அடைகின்ற ஆறே யன்றோ।

இதுவரை நடந்துள்ள மாநாடுகளில், மிக மிகச் சிறந்ததாகக் கருதக் கூடிய இந்தப் பேரவை, கீதையில் உபதேசிக்கப் பட்டுள்ள பின் வரும் அற்புதமான ஓர் உண்மையை உலகத்திற்குப் பிரகடனம் செய்துள்ளது என்பதைக் குறிப்பிட விரும்புகிறேன்: 'யார் எந்த வழியாக என்னிடம் வர முயன்றாலும், நான் அவர்களை அடைகிறேன் .ஒவ்வொருவரும் ஒவ்வொரு வ ழிகளில் என்னை அடைய முயல்கிறார்கள். அவை எல்லாம் இறுதியில் என்னையே அடைகின்றன.'

பிரிவினைவாதம், அளவுக்கு மீறிய மதப்பற்று, இவற்றால் உண்டான மதவெறி, இவை இந்த அழகிய உலகை நெடுநாளாக இறுகப் பற்றியுள்ளன. அவை இந்த பூமியை நிரப்பியுள்ளன. உலகை ரத்த வெள்ளத்தில் மீண்டும் மீண்டும் மூழ்கடித்து, நாகரீகத்தை அழித்து, எத்தனையோ நாடுகளை நிலை குலையச் செய்து விட்டன. அந்தக் கொடிய அரக்கத்தனமான செயல்கள் இல்லாதிருந்தால் மனித சமுதாயம் இன்றிருப்பதை விடப் பலமடங்கு உயர்நிலை எய்தியிருக்கும்।

அவற்றிற்கு அழிவு காலம் வந்து விட்டது. இன்று காலையில் இந்தப் பேரவையின் ஆரம்பத்தைக் குறிப்பிட முழங்கிய மணி, மத வெறிகளுக்கும், வாளாலும் பேனாவாலும் நடைபெறுகின்ற

கொடுமைகளுக்கும், ஒரே குறிக்கோளை அடைய பல்வேறு வழிகளில் சென்று கொண்டிருக்கும் மக்களிடையே நிலவும் இரக்கமற்ற உணர்ச்சிகளுக்கும் சாவு மணியாகும் என்று நான் திடமாக நம்புகிறேன்.

இரண்டாம் உரை (15-09-1893)

2. நாம் ஏன் ஒத்துப் போவதில்லை? - செப்டம்பர் 15, 1893

ஒரு சிறு கதை சொல்லப் போகிறேன். இப்போது பேசிய சிறந்த பேச்சாளர், 'நாம் ஒருவரை யொருவர்
தூற்றுவதை நிறுத்த வேண்டும்" 'என்று கூறி யதைக் கேட்டீர்கள். இவ்வளவு வேறுபாடுகள் இருப்பதற்காக அவர் வருத்தப் பட்டார். இந்த வேறுபாடுகளுக்குக் காரணம் என்ன என்பதை விளக்க ஒரு கதை சொல்ல வேண்டும் என்று நினைக்கிறேன். ஒரு கிணற்றில் தவளை ஒன்று வாழ்ந்தது. நீண்ட காலமாக அங்கு அது வசித்து வந்தது. அங்கேயே பிறந்து அங்கேயே வளர்ந்த அந்தத் தவளை சின்னஞ் சிறியது. அது கண்களை இழந்து விட்டதா, இல்லையா என்று சொல்வதற்கு, நல்லவேளையாக அங்கே பரிணாமவாதிகள் யாரும் இல்லை. நம் கதைக்காக, அதற்குக் கண்கள் இருந்தன என்றே வைத்துக் கொள்வோம்.

அந்தத் தவளை நாள்தோறும் நீரிலிருந்து புழு பூச்சிகளையும் கிருமிகளையும் மிகவும்

சுறுசுறுப்பாக அகற்றிச் சுத்தப் படுத்தியது. அந்தச் சுறுசுறுப்பு, நம் தற்காலக் கிருமி ஆராய்ச்சி யாளர்களுக்கு இருந்தால் அது அவர்களுக்குப் பெருமை தரும் விஷயமாகும். ஒரு நாள் கடலில் வாழ்ந்து வந்த தவளையொன்று அங்கு வந்து அந்தக் கிணற்றில் விழுந்துவிட்டது.

'நீ எங்கிருந்து வருகிறாய்?'

'கடலிலிருந்து'

'கடலா? அது எவ்வளவு பெரியது? எனது கிணற்றளவு பெரியதாயிருக்குமா?' என்று கூறி, ஒரு பக்கத்திலிருந்து எதிர்ப்பக்கத்திற்குத் தாவிக் குதித்தது கிணற்றுத் தவளை.

'நண்பா, இந்தச் சின்னக் கிணற்றோடு எப்படிக் கடலை ஒப்பிட முடியும்?' என்று கேட்டது கடல் தவளை.

கிணற்றுத் தவளை மறுபடியும் ஒரு குதிகுதித்து, 'உனது கடல் இவ்வளவு பெரிதாய் இருக்குமோ?' என்று கேட்டது.

'சேச்சே! என்ன முட்டாள்தனம்! கடலை உன் கிணற்றோடு ஒப்பிடுவதா?'

'நீ என்ன சொன்னாலும் சரி, என் கிணற்றை விட எதுவும் பெரிதாக இருக்க முடியாது. கண்டிப்பாக, இதைவிடப் பெரிதாக எதுவும் இருக்க முடியாது. இவன் பொய்யன், இவனை வெளியே விரட்டுங்கள்!' என்று கத்தியது கிணற்றுத்

தவளை.

காலம் காலமாக இருந்து வரும் கஷ்டம் இது தான். நான் இந்து. நான் என் சிறிய கிணற்றிற்குள் இருந்து கொண்டு என் சிறு கிணறு தான் முழுவுலகம் என்று நினைக்கிறேன். கிறிஸ்தவன் தனது மதமாகிய சிறு கிணற்றிற்குள் அமர்ந்து கொண்டு, தன் கிணறுதான் முழுவுலகம் என்று நினைக்கிறான் அவ்வாறே முகம்மதியனும் தன் சிறு கிணற்றில் உட்கார்ந்து கொண்டு, அது தான் முழுவுலகம் என்று நினைக்கிறான்.

நமது இந்த சிறிய உலகின் எல்லைகளைத் தகர்த்தெறிய, அமெரிக்கர்களாகிய நீங்கள் எடுத்துக் கொண்டிருக்கும் பெரிய முயற்சிக்காக நான் உங்களுக்கு நன்றி செலுத்த வேண்டும். வருங்காலத்தில், உங்கள் விருப்பம் நிறைவேற இறைவன் அருள் புரிவான் என்று நம்புகிறேன்.

காலவரிசை

1863: கல்கத்தாவில் ஜனவரி 12, 1863ல் பிறந்தார்.

1879: கல்கத்தாவிலுள்ள பிரசிடென்சி கல்லூரி யில் சேர்ந்தார்.

1880: கல்கத்தாவிலுள்ள ஸ்காட்டிஷ் சர்ச் கல்லூரியில் சேர்ந்து தத்துவப் பாடத்தைப் படித்தார்.

1886: ஸ்ரீ ராமகிருஷ்ணரர் அவர்களின் மறைவுக்குப் பின், சுவாமி விவேகானந்தர் அவர்கள், அவரது வாரிசாக பரிந்துரைக் கப்பட்டார்.

1890: இந்தியாவில் நீண்ட சுற்றுப்பயணம்.

1892: கன்னியாகுமாரிக்கு டிசம்பர் 24, 1892ல் சென்றார்.

1893: சிகாகோ உலக மதங்களின் மாநாட்டில் கலந்து கொள்ள அமெரிக்கா சென்றார்.

1897: இந்தியா திரும்பினார்

1897: "ஸ்ரீ ராமகிருஷ்ணா மிஷன்" என்ற அமைப்பைத் தொடங்கினார்.

1899: 'ஸ்ரீ ராமகிருஷ்ணர் மடத்தை' நிருவுவதற்காக கங்கை நதிக்கரையில் பேலூரில் ஒரு தளம் வாங்கினார்.

1899 - 1900: ஜனவரி 1899 முதல் டிசம்பர் 1900 வரை மேற்கு நாடுகளுக்கு சுற்றுப்பயணம் மேற்கொண்டார்.

1902: கல்கத்தா அருகில் பேலூரில் அவரால் நிறுவப்பட்ட 'ஸ்ரீ ராமகிருஷ்ணா மடத்தில்' ஜூலை 4, 1902 அன்று மறைந்தார்.

6. இரண்டு ஜோசியர்கள்

இங்கு நாம் பண்டைக் காலத்தில் வாழ்ந்த இரண்டு ஜோசியர்களின் வரலாற்றைக் காண்போம். முதலாமவர் பஞ்சாங்க மிஹிரர் என அழைக்கப் படுகிறார். (மூன்றாம் நூற்றாண்டை சேர்ந்தவர்). அடுத்தவர் பெயர் வராஹ மிஹிரர் (நான்காம் நூற்றாண்டை சேர்ந்தவர்). மிஹிரர் என்றால் ஜோசியக்காரரர் என்று பொருள்.

கதை 7 : பஞ்சாங்க மிகிரர்:

மூன்றாம் நூற்றாண்டை சேர்ந்த பஞ்சாங்க மிஹிரர் அப்பொழுது பயன் பாட்டில் இருந்த சூர்ய சித்தாந்த பஞ்சாங்கத்தில் பல சிறுசிறு தவறுகள் ஏற்ப்பட்டு விட்ட படியால், புதியதொரு சரியான பஞ்சாங்கம் தயார் செய்யும் பணியில் இரவும், பகலும் ஈடுபட்டு இருந்தார். பஞ்சாங்கம் என்றால் திதி, கிழமை, நட்சத்திரம், யோகம் மற்றும் கரணம் என்னும் ஐந்து அங்கங்களை உடைய நாட்காட்டி எனப்படும் காலங்காட்டி ஆகும்.

ஒரு முறை அவர் கிரகங்கள் சுற்றுப் பாதைகளையும், பஞ்சாங்க கணக்கீடு களையும் போட்டுக் கொண்டிருந்த போது, அகல் விளக்கு அணைந்து விட்டதால், மேலே ஏதும் செய்ய முடியாது அமர்ந்து விட்டார். அப்பொழுது ஒரு பெண் ஒரு விளக்குடன் வருவதை கண்டார். அந்த பெண் அவர் அருகில் வந்து, அங்கிருந்த

அகல் விளக்கில் எண்ணையை ஊற்றி, திரியை தூண்டி, தன் கைவிளக்கினால் அந்த அகல் விளக்கை ஏற்றினாள். பிறகு அவள், "நான் தீபத்தை கவனிக்க வில்லை. மன்னிக்க வேண்டும்." என்றும் கூறினாள்.

உடனே மிஹிரர் அந்த பெண்ணிடம், "யார் அம்மா நீ?" என்று கேட்டார். அவர் "நான் உங்கள் மனைவி. நம் திருமணம் நமது சிறு வயதில் நடைபெற்றது. நான் உங்கள் தேவைகளான ஏடு, எழுத்தாணி, விளக்கு, உணவு, நீர் ஆகியவற்றை அளித்து உங்களுக்கு பல ஆண்டுகளாக சேவை புரிந்து வருகிறேன். இன்று விளக்கினை தூண்டி, எண்ணை ஊற்றத் தவறி விட்டேன். உங்கள் காரியம் தடை பட்டதற்கு மன்னிகவும்" என்று பதில் அளித்தார்.

பல ஆண்டுகளாக மனதை ஒருமுகப் படுத்தி பஞ்சாங்கம் தயாரிக்கும் பணியில் ஈடுபட்டிருந்த மிஹிரர் அதிர்ச்சி அடைந்தார். தன்னுடைய பஞ்சாங்கம் தயாரிக்கும் பணியில் இறுதிக் கட்டத்தில் இருப்பதாகவும், ஆனால் தாம் குடும்ப வாழ்வில் கடமை தவறி விட்டதாகவும், பல ஆண்டுகளாக மனைவியை கவனிக்காமல், அவள் வாழ்வை வீண் ஆக்கி விட்டதாகவும் கூறி வருந்தினார். அதற்கு வாக்தேவி என்கிற அவர் மனைவி கூறினார், "எல்லோரும்தான் குடும்ப வாழ்வில் ஈடு படுகிறார்கள். பிள்ளைகளை பெறுகிறார்கள். வேளை வந்தால் மாண்டு போகிறார்கள். ஆனால் உங்கள் பணியை பல

நூற்றாண்டுகள் ஆனாலும் மக்கள் நினைவு கூறுவார்கள். பூவோடு நாரும் மணம் பெறுவதைப் போல எனக்கும் அது பெருமைதான். நீங்கள் வருந்த வேண்டாம்" என்று கூறினார்.

மிகிரர் பஞ்சாங்கம் தயாரித்ததால் பஞ்சாங்க மிகிரர் என அறியப் படுகிறார். அவர் தாம் தயாரித்த பஞ்சாங்கத்திற்கு அடிப்படையான சூத்திரங்கள் மற்றும் பெரிய மற்றும் தசமபின்ன எண்களை எளிதில் நினைவில் கொள்ள ஏதுவாக அவற்றை வாக்கிய முறையில் அமைத்து இருப்பதால் அதற்கு வாக்கிய பஞ்சாங்கம் எனப் பெயரிட்டார். அவர் தனது மனைவி ஆகிய வாக்தேவி இன் தியாகத்தை நினைவு கூறும் விதமாக தனது பஞ்சாங்கத்திற்கு வாக்கிய பஞ்சாங்கம் என பெயர் இட்டார் எனவும் சிலர் கூறுகின்றனர். வாக்கிய பஞ்சாங்கம் ஆனது கடந்த பதினேழு நூற்றாண்டுகளாக, இன்றும் கூட இந்திய மக்களால் பயன் படுத்தப்பட்டு வருகிறது.

பஞ்சாங்க மிகிரரின் மனைவி வாக்தேவி போலவே தம் தமது கணவரின் இலட்சியத்திற்காக தமது வாழ்கையை தியாகம் செய்த பெண்கள் பலர் உண்டு. ஐந்தாம் நூற்றாண்டில் வாழ்ந்த பகவான் புத்தரின் மனைவி யசோதரையும், மஹான் மஹாவீரர் இன் மனைவி யசோதாவும், நமக்கு சமகாலத்தில் வாழும் பிரதமர் ஸ்ரீ நரேந்திர மோடி அவர்களின் மனைவி யசோதாபென் ஆகியோரும்

உதாரணங்கள் ஆவர். மூவரின் பெயரும் யசோதா என்று இருப்பதும் வியப்பானதொரு ஒற்றுமை ஆகும்.

பஞ்சாங்க மிஹிரரின் காலங்காட்டி

காலங்காட்டி (Calender) என்பது நாள்காட்டி எனவும் அறியப் படுகிறது. உலக அளவில் சூரியனை அடிப்படையாக கொண்ட சூரியமான நாள்காட்டி (Solar Calender) மற்றும் சந்திரனை அடிப்படையாக கொண்டது (Lunar Calender) மற்றும் நமது நாட்டில் மாத்திரம் சூரிய-சந்திர சுழற்சியை அடைப்படையாக கொண்ட (Luni-Solar Calender) என மூன்று வகையான காலங்காட்டிகள் பயன் பாட்டில் உள்ளன.

காலங்காட்டியில் மாதம் என்பதை திங்கள் என்றும் அழைப்பார்கள். அதாவது மாதம் என்பது சந்திரன் பூமியை சுற்றும் காலத்தையும், வருடம் என்பது பூமி சூரியனைச் சுற்றும் காலத்தையும் காட்ட வேண்டும். ஆனால் பஞ்சாங்க மிஹிரரே மிகச் சரியாக இம்மாதிரி காலங்காட்டியை (Luni-Solar Calender) வடிவமைத்தார்.

1.சூரியமான நாள்காட்டி (SolarCalender) இல் உள்ள குறைபாடு. இது சூரியனின் சுழற்சியை சரியாக காட்டினாலும் கூட, அந்த காலங் காட்டிகளில் ஒரு மாதம் என்பது சரியாக சந்திரனின் சுழற்சியை காட்டுவது இல்லை.

மாதம் என்பது சந்திரனின் சுழற்சியை விட 0.85 நாள் அதிகமாகவே இருக்கும். எனவே மாத துவக்கம் என்பது அமாவாசை அல்லது பிரதமை என்று நிலையாக் வராமல் எந்த திதியிலும் கூட வரலாம்.

2.சந்திரமான காலங்காட்டிகளில் (Lunar Calender) மாத துவக்கம் என்பது ஒரு குறிப்பிட்ட திதியில் சரியாக வரும். அது அமாவாசை, அல்லது பிரதமை (அமாவாசைக்கு அடுத்த நாள்) என ஒரு குறிப்பிட்ட திதியில் சரியாக வரும். இது சந்திரனின் சுழற்சியை சரியாக காண்பித்தாலும் கூட, சூரியனின் சுழற்சி 12 சந்திரனின் சுழற்சிக்கு சமம் இல்லாத்தால் ஒரு ஆண்டு என்பது 355 நாட்களாக இருக்கும் ஆதலால், ஆண்டு துவக்கம் என்பது ஒவ்வொரு ஆண்டும் 10 அல்லது 11 நாள் பின்தங்கி வரும்.

3. மிகிரர் இரு வகை பஞ்சாங்கங்ளை வடிவமைத்தார். அவை சம்வத்சரா பஞ்சாங்கம் (Solar Calender) மற்றும் திதி பஞ்சாங்கம் (Luni-Solar Calender) ஆகியன ஆகும்.

இதில் திதி பஞ்சாங்கத்தில் (Luni-Solar Calender) மேற்குறிப்பிட்ட இந்த இரு குறைகளையும் நீக்கி. வடிவமைத்து உள்ளார்.

வாக்கிய பஞ்சாங்க்கத்தின் ஒரு வகையான சம்வத்சரா பஞ்சாங்கம் (சூரியமான நாள்காட்டி) தமிழகம், கேரளம், வங்காளம், அஸ்ஸாம் மற்றும் குஜராத் இன் சில பகுதி ஆகிய ஐந்து மாநிலங்களில் மட்டும் இந்துக்களால் பயன்படுத்தப் படுகிறது.

இந்த ஐந்து மாநிலங்கள் தவிர மற்ற அனைத்து மாநிலங்க்களிலும் வாக்கிய பஞ்சாங்கத்தின் மற்றொரு வகையான திதி பஞ்சாங்கமே நமது பாரதத்தில் (சூரிய-சந்திரமான நாள்காட்டி) இந்துக்களின் பயன்பாட்டில் உள்ளது.

இந்திய முஸ்லிம்கள் பயன் படுத்தும் ஹிஜ்ரி (Higiri) காலங்காட்டி சந்திரனை அடிப்படையாக கொண்ட (Lunar) காலண்டர் ஆகும். இந்திய கிருத்தவர்களில் சிலர் வாக்ய திதி பஞ்சாங்கத்தையம் (Luni-Solar Calender), சிலர் ஆங்கில நாட்காட்டியையும் (Solar Calender), பயன் படுத்தி வருகின்றனர்.

பூமியின் வேகம் சற்று குறைந்து வருவதாலும், (நூறு ஆண்டுகளுக்கு ஒரு சில வினாடிகள் என்கிற அளவில்), பூமி சூரியனை சுற்றும் கால அளவு ஆண்டுக்கு ஒரு சில வினாடிகள் அதிகரித்து இருப்பதாலும், சூரிய, சந்திர கிரஹணங்கள் ஏற்படும் கால அளவை மட்டிலுமே சற்று வித்தியாசம் ஏற்பட்டு உள்ளது. எனவே வாக்கிய பஞ்சாங்கம் தயாரிக்கப் பட்டு,

17 நூற்றாண்டுகளுக்கு பின் திருக்கணித பஞ்சாங்கம் மூலம் ஒரு திருத்தம் செய்யப் பட்டது. ஆனாலும் வாக்கிய பஞ்சாங்கம் தயாரிப்பவர்கள், சூரிய, சந்திர கிரஹணங்கள் ஏற்படும் கால அளவை மட்டிலுமே திருக்கணித பஞ்சாங்கத்தில் இருந்து எடுத்துக் கொண்டு, வாக்கிய பஞ்சாங்கத்தை தயார் செய்தால் போதுமானது என்கிற நிலை இருக்கிறது. எனவே, பலர் இன்றும் வாக்கிய பஞ்சாங்கத்தையே பயன் படுத்தி வருகின்றனர்.

1. சூரியமான காலங்காட்டிகள்:

அடிப்படை : சூரியன் சுழற்சி (Solar cycle)

365 அல்.லது 366 நாட்களை உடையது.

உதாரணம் : இந்திய தேசிய நாட்காட்டி
ஆங்கில நாட்காட்டி
வாக்ய சம்வத்சரா பஞ்சாங்கம்
(தமிழ் நாட்காட்டி முதலானவை)

2. சந்திரமான காலங்காட்டிகள்

அடிப்படை : சந்திரன் சுழற்சி (Lunar Cycle)
355 நாட்களை உடையது.

உதாரணம் : ஹிஜ்ரி நாட்காட்டி

3. சூரிய-சந்திரமான காலங்காட்டிகள்

அடிப்படை: சூரிய சந்திர சுழற்சி (Luni-Solar) .
356 அல்லது 386 நாட்களை உடையது.

உதாரணம : வாக்கிய திதி பஞ்சாங்கம்.

ஹிஜ்ரி நாட்காட்டி (Islamic lunar Calender) இல் அமாவாசைக்கு இரண்டாம் அல்லது மூன்றம் நாளில் மாதம் துவங்கும். இது ஒவ்வொரு ஆண்டும் சுமார் பத்து நாட்களை பொது காலண்டரை ஒப்பிடும் போது குறைவதால், இந்த நாட்காட்டியில் ஆண்டின் துவக்கம் ஆன வருடப் பிறப்பு தினம் மற்றும் மற்ற விழாக்கள் ஒவ்வொரு ஆண்டும் கோடையில் அல்லது மாரிக்காலத்தில் அல்லது பனிக்காலத்தில் என எப்பொழுது வேண்டுமானாலும் வரும்.

உதாரணமாக ஹிஜிரி முதல் ஆண்டு துவக்க தினம் ஒரு கோடை காலத்தில். (Common Era 16-07-622 Higiri starting date is in Summer) ஆனால் 07-12-2010 தினத்தில், அதாவது குளிர் காலத்தில் ஹிஜ்ரி 1432 துவங்குகிறது.

சூரியமான காலங்காட்டி மற்றும் சந்திரமான காலங்காட்டி ஆகிய நாட்காட்டிகளில் உள்ள இந்த இரு குறைகளும் வாக்கிய திதி பஞ்சாங்கம் போன்ற சூரிய-சந்திரமான காலங்காட்டி (Luni-Solar calender களில்) நிவர்த்தி செய்யப்படுகிறது.

33 மாதங்களுக்கு ஒருமுறை அதிகமாதம் என்ற பெயரில் ஒரு மாதம் சேர்க்கப் பட்டு, பூமி, சந்திரன் மற்றும் சூரியன் சுற்றும் கால அளவு சமன் செய்யப் படுகிறது.

கதை 8 : வராஹ மிஹிரர்

நான்காம் நூற்றாண்டை சேர்ந்த ஜோதிடர் வராஹ மிஹிரர் ஆவார். சக்ரவர்த்தி விக்ரமாதித்தர் சபையில் இருந்த நவரத்தினங்கள் என அறியப் பட்ட ஒன்பது அறிஞர்களில் ஒருவராக திகழ்ந்தார்.

மன்னர் தனது ஒரு மகன் பிறக்கும் போது, ஜாதகம் கணிக்க மிஹிரர் உள்பட சில அறிஞர்களை கேட்டுக் கொண்டார். அவர்களும் மருத்துவ அறைக்கு வெளியே காத்து கொண்டிருந்தனர். குழந்தை பிறந்ததும் ஒரு முத்துமணியை உருட்டி விட உத்தரவு இருந்தது. அப்படியே உருட்டி விடப்பட்ட முத்துமணி கதவுக்கு அருகில் நின்று விட்டதையும், பிறகு ஒரிரு நாழிகைக்கு பின் கதவுக்கு வெளியே தள்ளப் பட்டதையும் மிஹிரர் கவனித்தார். அவர் கணித்த ஜாதகத்தின் படி அந்தச் சிறுவன் தனது 18வது பிறந்த நாளில் ஒரு வராஹத்தால் (Wild Boar) இறந்து விடுவான் என்று கணித்து இருந்தார்.

மற்றவர்கள் அப்படி கணிக்காதால், மிஹிரர் மீது மன்னர் அதிருப்தி அடைந்தார். மேலும் தலைநகர் மற்றும் அதன் சுற்று வட்டார பகுதிகளில் ஒரு காட்டுபன்றியோ, பன்றியோ கூட இருக்கக் கூடாது என்று அரசர் கட்டளை இட்டார். அந்த இளவரசனுக்காக ஒரு 80 அடி உயர மதில் கொண்ட மாளிகை கட்டி, கட்டுக் காவல் அமைத்தார். இளவரசனுக்கு 18 வயது முடியும் வரை தலைநகர் விட்டு வெளியே செல்லக் கூடாது எனவும் ஆணை இட்டார். 17 வயது முடியும் தருணத்தில் அவன் அரண்மனை விட்டு வெளியே செல்லவும் அரசி அனுமதிக்க வில்லை. 18வது பிறந்த நாளில் அவன் நண்பர்களும் கூட வரவழைக்கப் பட்டு, அரண்மனைக்கு உள்ளேயே வைக்கப் பட்டான். அன்று சூரியன் மறைந்த பின், அவன் அரண்மனை நந்தவனத்தில் நண்பர்களுடன் உலா வர அனுமதி கோரினான், அப்படி நடக்கும் போது, அரண்மனை உச்சியில் இருந்த ஒரு வராஹத்தின் உலோகச் சிலை உருண்டு இளவரசன் தலையில் விழுந்து, அக்கணமே அவன் இறந்து போனான்.

தனது மகன்களில் ஒருவனை இழந்து இருந்தாலும் கூட, சக்ரவர்த்தி விக்ரமாதித்தர் உடனடியாக மிஹிருக்கு சன்மானம் செய்து அவருக்கு ‘வராஹ மிஹிரர்” என்ற பட்டமும் அளித்தார்.

0. வராஹ மிஹிரர்\

இந்தியாவில் ராசிகள், திருமணம், சுப விழாக்களுக்கான கணிப்பு கணக்கீடுகள் மற்றும் ஜோதிட கணக்கீடுகளைப் புரிந்து அறிமுகப் படுத்தியவர் வராஹமிஹிரரே.

திரிகோணமிதியின் அடிப்படை சூத்திரங்களான

1. $\mathrm{Sin}^2\, x + \mathrm{Cos}^2\, x = 1$

2. $\mathrm{Sin}^2\, x = ½\, (1\text{-}\mathrm{Cos}2x)$

ஆகியவற்றை வராஹமிகிரர் கண்டு பிடித்தார்.

கணிதத்திலும், ஜோதிடத்திலும் மற்றும் வானசாஸ்திரத்திலும் வல்லவராகிய வராஹ மிஹிரர் எழுதிய நூல்கள் பல. அவை கீழே கொடுக்கப் பட்டுள்ளன.

1 *பஞ்ச-சித்தாந்திகா*

2 *பிரஹத்-ஜாதகா*

3 *பிரஹத்-யாத்ரா*

4 *யோக-யாத்ரா*

5 *பிரஹத்-விவாஹ-பாடலா*

6 *பிரஹத்-சம்ஹிதா*

7 *லகு-ஜாதகம்*

7. இரண்டு வீரர்கள்

கதை 9:

வீர சாவர்க்கரின் சாகச வரலாறு.

இந்திய சுதந்திரத்துக்காக அபிநவ பாரத சங்கத்தை இந்தியாவிலும், இலண்டனில் சுதந்திர இந்திய சங்கத்தையும் உருவாக்கியவர் திரு. வினாயக தாமோதர சாவர்க்கர் அவர்கள். இவர் 'வீர் சாவர்க்கர்' என்றும் அழைக்கப்பட்டார்.

இந்திய விடுதலை இயக்கம்-1857 என்ற நூலை எழுதினார். அது ஆங்கிலேயரால் வெளி வரும் முன்னரே தடை செய்யப் பட்ட புத்தகம் எனப் புகழ் பெற்றது.

இவரின் இயற்பெயர் விநாயக தாமோதர் சாவர்க்கர். இவர் 1883-ஆம் ஆண்டு மகாராட்டிர மாநிலத்தில் நாசிக் நகருக்கு அருகில் பாகுர் என்ற கிராமத்தில் தாமோதர் பந்த் சாவர்க்கர்--இராதா பாய் ஆகியோருக்கு மகனாகப் பிறந்தார்.

இவருக்கு இரு சகோதரர்கள் ஒரு சகோதரி. இவர் நாசிக்கில் பள்ளிக்கல்வியை முடித்தார். இவர் தனது 11ஆவது வயதிலேயே சிறுவர்களைச்

சேர்த்து வானரசேனையை உருவாக்கினார். இவர் பள்ளிப் பருவத்தில் திலகர் ஏற்படுத்திய சிவாஜி உற்சவம், கணபதி உற்சவம் போன்றவற்றை முன்னின்று நடத்தினார். இவர் தனது 9-ஆவது வயதில் தாயையும், 16-ஆவது வயதில் தந்தையையும் இழந்தார்.

1898-இல் மகாராட்டிராவில் ராண்ட் மற்றும் ஐரசட் ஆகியோரைக் கொன்றதற்காக சபேகர் சகோதாரர்கள் தூக்கிலிடப்பட்டனர். அது சாவர்க்கரைக் கடுமையாகப் பாதித்தது. அவர் 15-ஆவது வயதிலேயே இந்திய சுதந்திரத்திற்காக துர்கா தேவி முன்பு சபதம் எடுத்தார்.

1901-ஆம் ஆண்டு யமுனா பாயை மணந்தார். பெர்க்குசன் கல்லூரியில் கல்லூரியில் 1902-இல் சேர்ந்தார் நாசிக் நகரில் 1904-ஆம் ஆண்டில் தமது அண்ணன் கணேஷ் தாமோதர் சாவர்க்கருடன் இணைந்து அபி நவ பாரத சங்கத்தை நிறுவினார். பின்னர் பால கங்காதர திலகரின் சுயராச்சியக் கட்சியில் சேர்ந்தார். திலகரே இவரது அரசியல் குரு ஆவார்.

இவரது வீரம் மிக்க சொற்பொழிவுகளால் எரிச்சலுற்ற ஆங்கில அரசு அவரைக் கல்லூரியில் இருந்து நீக்கியது. ஆனால் அவர் தேர்வு எழுதி பட்டம் பெற்றார். 1905-ல் திலகரின் அந்நியப் பொருட்கள் புறக்கணிப்பு நிகழ்ச்சியை முன்னின்று நடத்தினார்.

ஜூன் 1906-இல் பாரிஸ்டர் படிப்புக்கு இலண்டன் சென்றார். அங்கே இந்தியா ஹவுஸ் என்ற இடத்தில் இந்திய மாணவர்களைச் சேர்த்து சுதந்திர இந்திய சங்கத்தை உருவாக்கினார். அங்கே முக்கிய இந்திய விழாக்கள் கொண்டாடப் பட்டன. அங்கே கூடுபவர்களிடம் இந்திய சுதந்திரம் பற்றி எடுத்துக் கூறினார். அதில் பெண்களும் இருந்தனர். அங்கே குண்டுகள் தயாரிக்கவும் துப்பாக்கி சுடவும் பயிற்சி அளிக்கப்பட்டது. இதன் செயல்பாடுகள் குறித்து அறிய இயலாமல் ஸ்காட்லாந்து காவல் துறையினரே திணறினர். அவர் ஆயுதங்கள் மூலம் இந்திய சுதந்திரத்தை அடைய வழி தேடினார்.

இந்திய விடுதலை இயக்கம் 1857

இந்தியாவில் இருக்கும் ஆங்கில அதிகாரிகள் சிப்பாய்க் கலகம் என்று பூசி மெழுகியது கலகமோ, கலவரமோ இல்லை. அதை விரிவாக ஆராய்ச்சி செய்து, அது இந்திய சுதந்திரப் போராட்டம்தான் என்பதை நிரூபிக்கும் "இந்திய சுதந்திரப் போராட்டம்-1857" என்னும் நூலை எழுதினார். அது வெளிவரும் முன்பே தடை செய்யப்பட்டது.

1909-ல் இந்தப் புத்தகம் மேடம் காமா என அழைக்கப் படும் பிகாஜி காமா வால் நெதர்லாந்தில் அச்சு இடப்பட்டு

வெவ்வேறு புத்தக அட்டைகளுடன் இந்தியா விற்குக் கடத்தப்பட்டது. கிட்டத்தட்ட 2000 புத்தகங்கள் மிக அதிக விலையில் விற்பனை ஆயின. பிரித்தானியரின் கணக்குப்படி ஒரு புத்தகம் ஆறு பேரால் படிக்கப்பட்டது. இது பின்னர் பகத்சிங்க்கால் வெளியிடப் பட்டது.

சாவர்க்கரின் தூண்டுதலால் நிகழ்ந்த செயல்கள்

1909-ல் சாவர்க்கரின் சீடரான மதன்லால் டிங்கரா இலண்டனில் சர். கர்சன் வில்லியைச் சுட்டுக் கொன்றார். நாசிக் மாவட்ட ஆட்சியர் ஜாக்ஸன், ஆனந்த இலட்சுமண் கான்னாரே என்ற இளைஞனால் சுட்டுக் கொல்லப்பட்டார். அதன் பின்னர் இந்தியா ஹவுஸ் ஆங்கிலேயரின் கண்காணிப்புக்குக் கீழ் வந்தது. அதனால் ஆங்கில அரசு சாவர்க்கரை 1910 மார்ச் 13-ல் கைது செய்து இந்தியாவிற்கு அனுப்பியது.

இந்தியாவுக்குக் கப்பலில் வரும்போது அவர் சாகஸமான முறையில் கப்பலின் கழிப்பறை ஜன்னலை உடைத்துக் கடலில் குதித்து பிரான்ஸ் நாட்டின் மார்செய்ல்ஸ் துறைமுகத்தை அடைந்தார். ஆயினும் பிரான்ஸ் போலிஸ்காரரர் ஒருவருக்கு முறை கேடான முறையில் இலஞ்சம் கொடுத்து ஆங்கிலேய அதிகாரிகள் அவரை கைது செய்து இந்தியா கொண்டு வந்தனர். அவர் மீது சட்ட விரோதமாக ஆயுதம் அனுப்பியது, மக்களைத் தூண்டும் விதமாகப் பேசியது என்று

குற்றம் சாட்டி 50 ஆண்டுகள் சிறைத்தண்டனை விதித்து அந்தமானுக்கு அனுப்பியது.

அந்தமான் சிற்றறைச் சிறையின் அளவு சுமார் 13 அடிக்கு 7 அடி மட்டுமே. சுமார் 7 அடி உயரத்திற்கு மேல் ஒரு சிறிய சன்னல் வழியே வரும் குறைந்த வெளிச்சம் போதுமானதாக இருக்காது. கடுமையான வேலை, மோசமான சாப்பாடு, மனிதாபிமானம் அற்ற அடி, உதை, கடுமையான குளிர் போன்றவை அந்தமான் சிறையின் அடையாளங்கள் ஆகும்.

சாவர்க்கரின் அண்ணன் கணேச தாமோதர் சாவர்க்கரும் இந்திய சுதந்திரப் போராட்டத்தில் ஈடுபட்டு அந்தமான் சிறையில் இருந்தார்; பாபாராவ் என்று அழைக்கப்பட்டார். அவர் சாவர்க்கருக்கு பக்கபலமாக விளங்கினார். சாவர்க்கரின் தம்பி நாராயண் தாமோதர் சாவர்க்கரும் திலகரின் சீடராவார். அந்தமான் சிறையில் சாவர்க்கருக்கு எழுதுவதற்குத் தாளும் பேனாவும் கொடுக்கப் படவில்லை. அவர் சுவரில் கல்லால் எழுதினார். மனதில் மனப்பாடம் செய்தார். இந்தியா வந்த பிறகு அவற்றை எழுதினார். சுதந்திரம் குறித்து மராத்தியில் இவர் எழுதிய கவிதைகள் மிகவும் புகழ்வாய்ந்தவை. இந்திய சுதந்திரத்திற்காக போராடியதற்காக அந்தமான் சிறையில் அவர் கடும் உழைப்பும், அடி உதையும் ஏற்றுக் பல சிரமங்கள் அனுபவித்தார். வெறும் கையால்

தேங்காய் நார் உறித்து கயிறு தயாரிக்க வைத்தனர். அதனால் உடல் நலம் குன்றிய காரணத்தால் அவர் இந்திய சிறைக்கு மாற்றப் பட்டார். பின்னர் 1924 ஜனவரி 6ல் அவர் விடுதலை செய்யப் பட்டார்.

சாவர்க்கர் போன்ற திலகரின் சீடர்களான தீவிரவாத அணியினர் சிறையில் கடுமையாக நடத்தப்பட்டனர்: மேலும் கடும் இன்னல்களையும் அனுபவித்தனர். ஆனால் காந்தி, நேரு போன்ற மிதவாத தலைவர்கள் மிகவும் மென்மையாக நடத்தப்பட்டனர்.

அவர்கள் ஆகாகான் மாளிகை போன்ற சிறைகளில் வைக்கப்பட்டு சுகவாழ்வு நடத்தினர். ஆனாலும் அவர்களின் சீடர்களான காங்கிரஸார் திரு. சாவர்க்கர் மன்னிப்பு கடிதம் கொடுத்தார் என குறை கூறுவது கேலிக்கூத்து.

இந்த இடத்தில் கவனிக்கத் தகுந்த விஷயம் என்னவெனில் நமது நாட்டிலே ஒன்றுக்கு ஒன்று முரண்பட்ட வாதங்களை சிலர், குறிப்பாக காங்கிரஸார் வைக்கும் கூத்தும் நடக்கிறது. ஒருபுறம் ஆர். எஸ். எஸ் காரர்கள் எவரும் சுதந்திர போராட்டத்தில் கலந்து கொள்ள வில்லை என்று சொல்கிறார்கள். அதே மூச்சில் சாவர்க்கர் ஒரு சங்கி என்றும் கூறுகின்றனர். சாவர்கர் சுதந்திர போராட்ட வீரர் என்பதை எவரும் மறுக்க இயலாது. அவர் ஒரு சங்கி என்றால் சங்கத்தினர் எவரும் சுதந்திர

போராட்டத்தில் ஈடுபடவில்லை என்ற வாதம் பொய்யானது என்று ஆகிறது அல்லவா?

தவிர சங்க ஸ்தாபகர் ஹெட்கேவார் அவர்களும் கூட ஒத்துழையாமை இயக்க பிரச்சார கூட்டத்தில் பேசியதற்காக 14-ஜூன்-1921ல் ஒரு முறை ஒராண்டும், பிறகு சத்தியாகிரகத்தில் ஈடுபட்டதற்காக 21-ஜூலை-1930ல் மீண்டும் ஒரு முறை ஒன்பது மாதங்கம் சிறைத் தண்டனை விதிக்கப் பட்டார் என்பதும் இங்கு கவனத்துக்கு உரியதாகும்.

சாவர்க்கர் ஒரு மிகச் சிறந்த சமூக சீர்திருத்தவாதி. தீண்டாமையை ஒழிக்கப் பாடு பட்டார். தாழ்த்தப்பட்ட மக்கள் உட்பட எல்லா இந்துக்களும் வணங்க "பதித பவன்" என்ற கோவிலை இரத்தினகிரியில் 1931 பிப்ரவரி 22 அன்று ஏற்படுத்தினார். 1963-ஆம் ஆண்டு சாவர்க்கரின் மனைவி யமுனாபாய் இறந்தார். அவர் சாவர்க்கருக்கு எல்லா விதத்திலும் துணை நின்றார். தாழ்த்தப்பட்ட வகுப்பைச் சேர்ந்த சிறுமியை சாவர்க்கர் அழைத்து வந்தபோது, அவர் அந்த சிறுமியைக் கவனித்துக் கொண்டார். சாவர்க்கர் 1966 பிப்ரவரி 26-ல் மறைந்தார். 1970 ஆம் ஆண்டு விநாயக் தாமோதர் சாவர்க்கர் நினைவாக அஞ்சல் தலை வெளியிடப் பட்டது.

கதை 10 : வான் (Von) என்கிற போர் விமானியின் கதை

வான் என்கிற ஜெர்மானிய விமானப் படையைச் சேர்ந்த போர் விமானி 1940ல் இரண்டாம் உலகப் போரின் போது இலண்டன் மாநகரைத் தாக்கினான்.

அவனுடைய முழுப் பெயர் ஃபிராங்க் வான் வேரா (Frank Von Werra) என்பதாகும். அவன் ஒரு விளயாட்டுப் பையனாக இருந்தான். விமானப் படையில் சேர்ந்த இரண்டு ஆண்டுகளிலேயே அவன் லெப்டினட் பதவியை அடைந்தான். அவன் முகாமில் வளர்ப்பு மிருகமாக ஒரு சிங்க குட்டியை வைத்து வளர்த்து வந்தான்.

ஃப்ரான்ஸ் தாக்குதலில் (Battle of France) இல் பல நேச நாட்டுப் போர் விமானங்களை வீழ்த்தி சாகசம் செய்த அவன் இங்கிலாந்து தாக்குதல் (Battle of England) இலும் கூட பல போர் விமானங்களை வீழ்த்தினான். அவன் 1940 ஆம் ஆண்டு செப்டம்பர் 5ம் தேதி ஒருமுறை இலண்டனை தாக்கிவிட்டு திரும்பும் போது, கென்ட் என்னும் இடத்தில் வலம் இடம் என இரு புறமும் இரு விமானங்களால் சூழப் பட்டு வீழ்த்தப் பட்டான். அவன் கைது செய்யப் பட்டான். படை முகாமில் அவன் மண்ணை தோண்ட

கொடுத்த கோடரியால் பாதுகாவலர்களை தாக்கி தப்பிச் செல்ல முயன்றான்.

ஆனால் பிடிபட்டு, விசாரணையின் போது "என்னை பலநாள் சிறையில் வைக்க முடியாது. நான் தப்பி செல்வேன்" என்று சவால் விடுத்தான்.

அவன் லண்டன் கூண்டு என்னும் சிறையில் அடைக்கப் பட்டான். பிறகு லங்காஷயர் சிறையில் அடைக்கப் பட்டான். மற்ற ஜெர்மானிய ராணுவக் கைதிகள் அவனைப் பற்றி கேள்விப் பட்டு அவனை பார்க்க வந்தார்கள். அவன் அவர்களைப் பார்த்து, முதல் வார்த்தையாக "அண்ணே ! தப்பிக்கலாமா" என்று கேட்டான். அவர்கள் அவன் தப்ப உதவ முன் வந்தனர். நடைபயிற்சிக்காக இராணுவக் கைதிகளை பல குழுக்களாக மாலையில் நடத்திச் செல்வர். குறிப்பிட்ட ஒரு நாளில் கைதிகள் ஒரு குழுவிலிருந்து மற்ற குழுவிற்கு மாறிமாறிச் சென்றபடி இருந்தனர்; மேலும் ஒரு பழ வண்டியை சிலர் சூழ்ந்து கொண்டனர். இதனால் மொத்த கைதிகளை எண்ண முடியாத சூழல் ஏற்பட்டது. இதனைப் பயன் படுத்தி வான் தப்பித்து ஒரு வயலில் பதுங்கினான். ஆனாலும் ஒரு பிரிட்டிஷ் ஹோம் கார்ட் இடம் சிக்கினான். அவரிடம் இருந்து ஓடி தப்பினான். ஆனாலும் ஒரு பெரிய சாக்கடைக்குள் பதுங்கிய வான் பிடிபட்டான். இம்முறை கட்டுக் காவல் அதிகமுள்ள டெர்பிஷயர் சிறையில் அடைக்கப்

பட்டான். தனிமைச் சிறையில் 21 நாட்கள் அடைக்கப் பட்டான்.

தனிமைச் சிறையில் இருந்து பொது சிறைக்கு மாற்றப் பட்டதும், மற்ற ஜெர்மன் போர் கைதிகளிடம் அவனின் வாயில் இருந்து வந்த முதல் வார்த்தை என்ன? “அண்ணே ! தப்பிக்கலாமா” என்பதுதான். இம்முறை அவர்களில் நால்வர் முன் வந்தார்கள். சிறையின் ஒரு மறைவான பகுதியில் இருந்து அவர்கள் மற்ற கைதிகளுடன் சேர்ந்து ஒரு சுரங்கம் தோண்டினார்கள்.

ஐவரும் ஒரு சுப யோக சுப தினத்தில் சுரங்கம் மூலம் தப்பித்தனர். மற்ற நால்வரும் விரைவிலேயே சிக்கிக் கொள்ள, வான் மாத்திரம் தப்பித்து ஒரு இரயில்வே நிலையத்தை அடைந்தான். அங்குள்ள நிலைய அதிகாரியிடம், “நான் ஒரு நெதர்லாந்து விமானி. நான் அவசரமாக விமான நிலையம் செல்ல வேண்டும்” என்று அவன் நம்பும் படியாக கதை சொன்னான். அவர் மூலமாக ஒரு இங்கிலாந்து விமானப்படை காரே வந்து, அவனை விமான நிலையத்திற்கு அழைத்து வந்தது. அங்கு அவன் அங்கு இருந்த ஒரு ‘ஹவுக்கர் ஹரிக்கேன்’ ரக விமானத்தை கடத்தி, அதில் தப்ப முயற்சி செய்தான். ஆனால் கடைசி வினாடியில் அது தடுக்கப் பட்டது. அவ்வகை விமானத்தில் அதன் புரெப்பெல்லரின் இறக்கையை ஒருவர் சுழற்றி விட, விமானி

விமானத்தை இயக்க வேண்டும். ஆனால் அவனே சுழற்றி, பிறகு அவனே இயக்கவும் வேண்டி இருந்தது. இருப்பினும் பல முயற்சிகளுக்கு பின் அவன் விமானத்தின் இறக்கைகள் சுழலத் துவங்கின. எனினும் துரதிஷ்ட வசமாக கடைசி வினாடியில் விமான நிலைய அதிகாரி ஒருவர் ஓடி வந்து அந்த இறக்கையை பிடித்து நிறுத்தி விடவே, விமானம் நின்று விட்டது. அவன் மீண்டும் பிடி பட்டான்.

அதன் பின் இங்கிலாந்திலிருந்து வெகு தொலைவில் கடல் கடந்து உள்ள கனடா நாட்டுச் சிறை ஒன்றில் அடைக்கப் பட்டான். சக கைதிகள் அவனை வியப்புடன் பார்த்தனர். ஏன் எனில் அச்சிறையில் இருந்த கைதிகள் அனைவரும் பல ஆண்டு போர் அனுபவம் கொண்ட உயர் இராணுவ அதிகாரிகள் ஆவர்.

அங்கு அவன் ஒரு முறை இரயிலில் கொண்டு செல்லப் படும் போது, வழியில் ஸ்மித் நீர்வீழ்ச்சியில் துணிவுடன் குதித்து விட்டான். ஒரு ஓட்டைப் படகில் ஏறி, அந்நதியில் எலும்புகளை கூட உறைய வைக்கும் பனிநீரிலே பயணித்தான். அந்நதியின் ஓட்டத்திலே அவன் அமெரிக்காவில் புகுந்து விட்டான். அன்றைய தினம் அமெரிக்கா நேச நாடுகளுக்கு உதவி வந்தாலும், போரில் இறங்கி இருக்கவில்லை. கனடா அதிகாரிகளின் வேண்டு கோள்களை அத்துனை சிரத்தையாக அமெரிக்க அதிகாரிகள் கவனிக்க வில்லை. பிறகு மெக்ஸிகோ,

பொலிவியா, பிரேசில், ஸ்பெயின் வழியாக பெர்லினை அவன் அடைந்தான். மீண்டும் ஜெர்மனியின் விமானப் படையில் சேர்ந்து, 'புயல் பறவை' என புனை பெயர் கொண்ட சக்தி வாய்ந்த விமானத்தில் சென்று, அவன் இலண்டனை மீண்டும் தாக்கினான். கனடாவில் சிறையில் இருந்து தப்பிய போர்க்கைதி வான் ஒருவனே.

இதிலெ கவனிக்கத் தக்க விஷயம் என்னவெனில் போர் விமான ஓட்டியான வான் இன் சரித்திரத்தில் அவன் தனிப்பட்ட முறையில் சிறையில் இருந்து தப்பி ஜெர்மனி சென்றது ஒரு சாகசமாக இருப்பினும், இந்த இரண்டாம் உலகப் போரில் அவன் நாடாகிய ஜெர்மனி படு தோல்வி அடைந்து, இரண்டாகவும் பிரிக்கப் பட்டது.

திரு சாவர்க்கர் அவர்கள் சிறைப்பட்டு, பல துன்பங்கள் அனுபவித்தாலும், இந்தியா சுதந்திரம் அடைந்ததை அவர் கண்டு மகிழ்ந்தார். சுதந்திர இந்தியாவில் 17 ஆண்டுகள் வாழ்ந்தார். மேலும் 1970 ஆம் ஆண்டு விநாயக் தாமோதர் சாவர்க்கர் நினைவாக அஞ்சல் தலையும் வெளியிடப் பட்டது.

8. சிறப்பான மேற்கோள்கள்

1. வலிமை

"நீ எதை நினைக்கிறாயோ, அதுவாகவே ஆகிறாய். உன்னை வலிமை உடையவன் என்று நினைத்தால் வலிமை படைத்தவன் ஆவாய்! உனக்குத் தேவையான எல்லா வலிமையும், உதவியும் உனக்குள்ளேயே உள்ளன. உன்னை நீயே பலவீனன் என்று நினைத்துக் கொள்வது மிகப் பெரிய பாவம்."

-- சுவாமி விவேகானந்தர்

2, தேசிய ஒற்றுமை:

"ஆங்கிலேயர்கள் வெளியேறினாலும், இந்துக்கள் ஒரு வலிமையான தேசமாக ஒருங்கிணைக்கப் படாவிட்டால், நமது சுதந்திரத்தை நம்மால் பாதுகாக்க முடியும் என்பதற்கு என்ன உத்தரவாதம் உள்ளது?"

-- டாக்டர் ஸ்ரீ கேசவ பலிராம் ஹெட்கேவார் ரா. ஸ்வ. சங்கத்தின் நிறுவன தலைவர்.

---

0. சமுதாய சேவை:

"நமது ராஷ்ட்ரிய ஸ்வயம்சேவக சங்கத்தின் தொண்டர்கள் தர்மத்திற்காகவும் மக்களுக் காகவும் சரியான உணர்வுடன் பணியாற்றட்டும். உதவி தேவைப்படும் நம் சகோதரர்கள் அனைவருக்கும் கைகொடுத்து, எங்கு துன்பம் கண்டாலும் அதைப் போக்க பாடுபடுங்கள். இந்தச் சேவையில் மனிதருக்கிடையே எந்தப் பாகுபாடும் காட்டக்கூடாது. அவர் முஸ்லிமோ, கிறிஸ் தவரோ, அல்லது வேறு எந்த மதத்தைச் சேர்ந்தவராக இருந்தாலும் சரி, நாம் அனைவருக்கும் சேவை செய்ய வேண்டும்; ஏனெனில், பேரிடர்களும், துயரங்களும், துரதிர்ஷ்டங்களும் இத்தகைய பாகுபாடுகளைப் பார்ப்பதில்லை, அவை அனைவரையும் சமமாகவே பாதிக்கின்றன. மனிதர்களின் துன்பத்தைப் போக்கச் செய்யும் பணியானது, மேலோட்டமான இரக்கத்துடனோ அல்லது கருணையுடனோ இல்லாமல், (அனைத்து உயிர்களின் இதயத்திலும் வீற்றிருக்கும்) இறைவனுக்குச் செய்யும் அர்ப்பணிப்புள்ள வழிபாடாக இருக்கட்டும்."

--- குருஜி ஸ்ரீ மாதவ சதாசிவ கோல்வால்கர் ராஷ்ட்ரிய ஸ்வயம்சேவக் சங்கத்தின் இரண்டாவது தலைவர்.

---

0. சமூக அநீதி

தீண்டாமை பாவம் இல்லை எனில் உலகில் வேறு எதுவும் பாவம் இல்லை.

- பாளாசாகிப் மதுக்கர் தத்தாத்ரேய தேவரஸ்

ராஷ்ட்ரிய ஸ்வயம்சேவக் சங்கத்தின் மூன்றாவது தலைவர்.

---

5 தாய் நாடு

தாய்த் திருநாட்டை நேசிக்காதவன் அந்த நாட்டிற்கே களங்கம்; அவனே நாட்டிற்கு ஒரு சாபம்',

-- சுவாமி விவேகானந்தர்.

---

6. பெண் கல்வி

'பெண் என்றால் பேய் என்கிறார்கள் சிலர். ஆனால் அந்தப் பெண்ணிற்கு கல்வியைக் கொடு; கல்வியால்தான் அவள் முன்னேறுவாள்'-

-- சுவாமி விவேகானந்தர்

---

7. பொது சிவில் சட்டம் :

நாட்டின் குடிமக்களுக்கு ஒரு சீரான பொது சவில் சட்டத்தை அளிக்கும் பொறுப்பு அரசுக்கு உள்ளது என்றும், மதம் சார்ந்த மற்றும் முரண்பட்ட சித்தாந்தங்களால் கட்டமைக்கப்பட்ட தனிப்பட்ட சட்டங்கள் மேல் உள்ள விசுவாசம் அகற்றப்பட வேண்டும். தேசிய ஒருமைப்பாட்டுக்கு பொது சிவில் சட்டம் அவசியம்

- முன்னாள் உச்ச நீதிமன்ற தலைமை நீதிபதி ஒய்.வி.சந்திரசூட்..

---

8. மதச்சார்பற்ற நாடான இந்தியாவில் ஏன் நம்மால் பொது சிவில் சட்டம் கொண்டு வர முடியாது? அல்லது நாம் நம் மதச்சார்பற்ற தன்மையை படிப்படியாக இழந்து வருகிறோமா?"

– ஜெய்ப்பூர் உயர்நீதிமன்றத்தின் 17 Lawyers Chambers-ஐ சேர்ந்த பிரபல வழக்கறிஞர் எம். ரஃபிக் **தனது** Right to maintenance under Muslim law; A Legalistic view என்ற தனது கட்டுரையில்.

---

9. சங்கத்தின் விஷ்வரூபம்

சென்ற ஆண்டு 2025 இல் நூற்றாண்டு விழா கண்ட ராஷ்ட்ரீய ஸ்வயம்சேவக சங்கம் இன்று பாரதத்தின் எல்லா துறைகளிலும் செல்வாக்கு செலுத்தி வருகின்றது. இதுவே இன்று உலகின் மிகப் பெரிய அரசு சாரா அமைப்பு (The biggest NGO of the world) ஆகும். இன்று பாரதத்தை ஆட்சி செய்து வரும் பாரதீய ஜனதா கட்சி சங்க குடும்பத்தைச் சேர்ந்த ஒரு பரிவார் அமைப்பு ஆகும். ராஷ்ட்ரீய ஸ்வயம்சேவக சங்கமும் அதன் சகோதர அமைப்புகள் அனைத்தும் சேர்ந்ததே சங்க குடும்பம் என அறியப்படுகிறது.

ஐம்பதற்கும் மேலான அமைப்புக்களும் நூற்றுக்கும் மேலான கிளை அமைப்புகளும் பாரதத்தில் பல் வேறு துறைகளில் பணியாற்றி வருகின்றன. ராஷ்ட்ரீய ஸ்வயம்சேவக சங்கத்தின் சங்க பரிவாரின் கிளை அமைப்புகள், நாட்டின் அரசியல், தொழிலாளர் துறை இலிருந்து கல்வி மற்றும் மலைவாழ் மக்கள் நலன் என சமுதாயத்தின் பல துறைகளிலும் செல்வாக்கு செலுத்தி வருகின்றன. சங்கம் மற்றும் சங்க குடும்பத்தை சேர்ந்த கிளை அமைப்புகளின் நடவடிக்கைகளால் சமூகத்தின் சமூக, ஆன்மீக, கல்வி, பாதுகாப்பு மற்றும் அரசியல் துறைகளில் சங்கத்தின் செல்வாக்கு அதிகரித்து வருகிறது.

பாரதீய ஜனதா கட்சி உலகின் மிகப் பெரிய அரசியல் கட்சி ஆக விளங்குகிறது. பாரதீய மஸ்தூர் சங் உலகின் மிகப் பெரிய தொழிற்சங்கமாக விளங்கி வருகிறது. சீன அரசின் கட்டுப்பாட்டில் உள்ள, போட்டியே இல்லாத, ஒரு மிகப் பெரிய தொழிற்சங்கம் ஒன்று சீனாவில் இருப்பினும், அது சுதந்திரமான தொழிற்சங்கம் அல்ல.

காந்திஜி அவர்கள் ஒருமுறை 1934ல் சங்க முகாமுக்கு வருகை தந்தார். அப்பொழுது அவர் "உங்கள் முகாமில் எத்துனை ஹரிஜன்கள் உள்ளனர்?' என்று கேட்டார். அதற்கு முகாம் அதிகாரி, "சங்க உருப்பினர்களில் ஹரிஜன உருப்பினர்கள் இருக்க கூடும். நாங்கள் ஒருவர் இன்ன ஜாதி என்றோ, ஹரிஜன சமூகமா என்றோ கேட்பது இல்லை." என்று பதில் அளித்தார். 'அந்த விபரம் விசாரித்துச் சொல்லுங்கள்." என்று காந்திஜி கேட்டுக் கொண்டதால், அது விபரம் குறிப்பாக விசாரித்து அதன் விபரங்கள் காந்திஜிக்கு கொடுக்கப் பட்டன. காந்திஜி அதன் பிறகு சங்கத்தில் தீண்டாமை அறவே இல்லாததை கண்டு மிகவும் பாராட்டினார். 1947ல் சங்க கூட்டத்திலும் ஒருமுறை பங்கேற்று பேசினார்.

அதே சமயம் சங்கம் வலியுறுத்தும் ஹிந்துத்வா கொள்கையை காந்திஜி ஏற்கவில்லை. அதுபோலவே அஹிம்சை போராட்ட முறையை

சங்கம் பாராட்டிய போதும் கூட அவரின் முஸ்லிம்களை தாஜா செய்து வரும் போக்கையும், அவர் இந்துக்களை மாத்திரம் அனுசரித்து செல்ல வற்புறுத்தும் போக்கையும், சங்கம் வன்மையாக கண்டித்து வந்திருக்கிறது.

மகாத்மா காந்தி அவர்கள் கூறியதாவது. "இந்துக்கள் முஸ்லிம்கள் மீது கோபம் கொள்ளக் கூடாது, அவர்கள் இந்துக்களை அழிக்க விரும்பினாலும் கூட. முஸ்லிம்கள் நம்மைக் கொல்ல விரும்பினாலும் கூட, நாம் தைரியமாக மரணத்தை எதிர்கொள்ள வேண்டும்." என்று நவகாளியில் கூறினார்.

இந்த கோழைத்தனமான மற்றும் கையாலாகாத கருத்தை சங்கம் ஏற்க மறுத்தது. முஸ்லிம்களின் பிடிவாதத்திற்கும் வெறித்தனத்துக்கும் அடி பணிவதை சங்கம் கடுமையாக கண்டித்தது. அதே சமயம் இதற்கு வன்முறை தீர்வு அல்ல என்பதே சங்கத்தின் கருத்தாக இருந்தது. சங்கம் ஹிந்து சமூகம் ஒற்றுமையுடன் இருந்து தன்னை தற்காத்துக் கொள்ள வேண்டும் என்பதை வலியுறுத்தி வருகிறது.

- தீண்டாமை பாவம் இல்லை எனில் உலகில் வேறு எதுவும் பாவம் இல்லை. -

--பாளாசாகிப் மதுக்கர் தத்தாத்ரேய தேவரஸ் ராஷ்ட்ரிய ஸ்வயம்சேவக் சங்கத்தின் மூன்றாவது தலைவர் கூறியது.

சங்கத்தில் ஆரம்ப காலத்திலிருந்தே ஜாதி வேறுபாடுகள் அறவே கிடையாது. 'பாரத மாதாவின் பிள்ளைகளான நாம் அனைவரும் ஒன்றே' என்கிற உணர்வு அனைத்து சங்க ஸ்வயம்சேவர்கர்கள் மனதிலும் பொறிக்கப் படுகின்றன

விஷ்வ ஹிந்து பரிஷத் தலித் சகோதரர்களை கோவில் பூஜாரிகளாக நியமிக்கும் முயற்சிகளையும் முன்னெடுத்தது. பழங்குடி மக்களாகிய மலைவாழ் மக்களுக்காக மலைபகுதிகளில் பல பள்ளிகளும் ஏற்படுத்தப் பட்டன.

1979ல் ராஷ்ட்ரீய ஸ்வயம்சேவக் சங்கத்தின் மூன்றாவது தலைவர் ஆன பாளாசாகிப் ஸ்ரீ தேவரஸ் மற்றும் விஷ்வ ஹிந்து பரிஷத் முயற்சியினால் ஹிந்து மத தலைவர்களாக இருந்த மடாதிபதிகளையும், ஹிந்து துறவிகளையும் ஒருங்கிணைத்து, "ஹிந்து சமய சாஸ்திரங்களில் தீண்டாமைக்கு இடமே இல்லை. தீண்டாமையை நாங்கள் கடுமையாக கண்டிக்கிறோம். மனிதர்களிடையே உயர்வு தாழ்வு கற்பிப்பது பெரும் பாவச் செயல். ஹிந்துக்கள் அனைவரும் சகோதரர்கள்; பாரத மாதாவின் பிள்ளைகள்." என்கிற தீர்மானத்தை நிறைவேற்றினார்கள்.

இயற்கை பேரிடர் (பஞ்சம், வெள்ளம், கொள்ளைநோய் போன்றவை) வரும் அனைத்து

சந்தர்பங்க்களிலும் கூட ரா.ஸ்வ.சங் (RSS) சேவைப் பணியில் முன் நிற்கும் என்பதை எவரும் மறுக்க இயலாது.

கடந்த தசாப்தங்களில் சங்கம் விஷ்வரூபம் எடுத்துள்ளது. சங்கத்தின் கிளைகள் 2010 இல் 35000 ஆக இருந்தது. அதுவே 2025 இல் 75000 ஆகியது. 50 இலட்சம் உருப்பினர்கள் தினசரி கிளைகளிலும், மேலும் 40 இலட்சம் உருப்பினர்கள் வாரந்திர, மாதாந்திர நடவடிக்கைகளிலும் ஈடுபடுகின்றனர். பிஎம்எஸ் (BMS) சங்கம் ஒரு கோடி உருப்பினர்களுடன் உலகின் மிகப் பெரிய தொழிற்சங்கமாக விளங்குகிறது. ஏபிவிபி(ABVP) இன்று 76 இலட்சம் உருப்பினர்களுடன் உலகின் முதன்மையான மானவர் அமைப்பாக விளங்கி வருகிறது.

3.2 இலட்சம் மாணவர்கள் படிக்கும் 12000 பள்ளிகள் வித்யா பாரதியின் கீழ் இயங்கி வருகின்றன. மேலும் இன்று பாரத பிரதமர், ஜனாதிபதி முதலாக துணை ஜனாதிபதி, லோக்சபா சபாநாயகர், முக்கிய துறைகளின் காபினெட் அமைச்சர்கள், பதினாறு முதலமைச்சர்கள் (16 out of 30 } மற்றும் ஏராளமான மாநில அமைச்சர்கள் ஆகியோர் சங்க உருப்பினர்களே ஆவர். சங்கத்தினால்

ஊக்கம் பெற்று அனைத்து துறைகளிலும் செயல்படும் சங்க பரிவார் அமைப்புகள் ஏராளம்

முக்கிய குறிப்பு :

இப்பொழுது சங்கத்தில் சேர விரும்புபவர்கள் சேருவது சுலபம்.

1. இண்டர்நெட் மூலமாக rss.org என்னும் இணைய தளத்தில் நுழைந்து Join RSS என்பதில் உள்ள படிவத்தை பூர்த்தி செய்தால் உள்ளூர் சங்க உருப்பினர்கள் தொடர்பு கொண்டு இணைப்பார்கள்.

அல்லது

2. நேரடியாக உள்ளூர் சங்க கிளை நடைபெரும் இடத்துக்கு சென்று, சங்க உருப்பினர்களை தொடர்பு கொண்டு இணையலாம்.

மேலும் 2012 முதல் 2025 வரை இன்டெர்நெட் மூலமாக சங்கத்தில் சேர விருப்பம் தெரிவித்தவர்கள் 13 இலட்சம் பேர் என சங்க அதிகாரிகள் தெரிவித்து உள்ளனர்.

10. சங்க குடும்பம்

சங்க பரிவாரின் பிரதான அமைப்புக்கள்.

ஒவ்வொரு துறைக்கும் ஆன சிறப்பான சங்க குடும்ப அமைப்புகள்

- விஷ்வ ஹிந்து பரிஷத் (VHP)
  (ஆன்மீகம்)
- தர்ம ஜாக்ரன் சமிதி (DJS)
  (மதமாற்றம் தடுக்கும் நடவடிக்கைகள்)
- பாரதீய ஜனதா கட்சி (BJP)
  .(அரசியல் துறை)
- ஹிந்து ஜாகரன வேதிகா (HJV)
  (ஹிந்துக்கள் பாதுகாப்பு)
- அகில் பாரதீய வித்யார்த்தி பரிஷத் (ABVP)
  (மாணவர் அமைப்பு)
- அகில் பாரதீய கிராஹக் பஞ்சாயத் (ABGP)
  (நுகர்வோர் துறை)
- ராஷ்ட்ரீய சீக் சங்கத்
  (இந்தியர்களிடையே குர்பாணி பற்றிய விழிப்புணர்வு பரப்புதல்)
- பாரத் புத்த சங் (BBS)
  (இந்திய பௌத்தர்கள் அமைப்பு)
- முஸ்லிம் ராஷ்ட்ரீய மன்ச் (MRM)
  (முஸ்லிம்களின் தேசிய அணி)

- சேவா பாரதி
  (கிராமப் பகுதிகளில் சமூகப் பணி)
- பாரதீய மஸ்தூர் சங் (BMS)
  (தொழிலாளர் அமைப்பு)
- பாரதீய கிஸான் சங் (BKS)
  (ஊழவர்கள் அமைப்பு)
- வனவாசி கல்யாண் ஆஸ்ரமம் (VKA)
  (மலைவாழ் மக்கள் நலன்)
- பஜ்ரங்க் தள்
  (வி.ஹி.ப வின் இளைஞர் அமைப்பு)
- துர்கா வாஹினி
  (வி.ஹி.ப வின் பெண்கள் அமைப்பு)
- பாரதீய ஜனதா யுவ மோர்ச்சா (BJYM)
  (பா ஜ க வின் இளஞர் அணி)
- அகில் பாரதீய அதிவக்த பரிஷத் (ABAP)
  (வக்கீல்கள் அமைப்பு)
- அகில் பார்திய பூர்வ சைனிக் சேவா பரிஷத் (ABPSSP)
  (முண்னாள் இராணுவத்தினர் நலம்)
- அகில பாரதீய சைக்சிக் மஹாசங் (ABSM)
  (ஆசிரியர்கள் அமைப்பு)
- பிரண்ட்ஸ் ஆப் டிரைபல் சொசைட்டி (FTS)
  (மலைவாழ் மக்களுக்கான அமைப்பு)
- சமாஜிக் சம்ரக்ஷா மன்ச் (SSM)
  (தலித் முன்னேற்றம்)

- சக்ஷமா
(பார்வை இழந்தோர் முன்னேற்றம்)
- ஸ்வதேசி ஜாக்ரன் மன்ச் (SJM)
(சுதேசி பொருளாதாரம்)
- பாரத் விகாஸ் பரிஷத் (BVP)
(உடல் நலம், கல்வி, சமூக நலன் முன்னேற்றம்)
- லகு உத்யொக் பாரதி
(சிறு குறு தொழில் துறையினர் அமைப்பு)
- சஹகர் பாரதி
(கூட்டுறவு அமைப்புகளின் முன்னேற்றம்)
- சன்ஸ்கார் பாரதி
(கலைஞர்கள் அமைப்பு)
- வித்யா பாரதி
(கல்வித் துறை)
- சன்ஸ்கிருத பாரதி
(ஸமஸ்கிருத மொழி வளர்ச்சி)
- கிரீடா பாரதி
(விளையாட்டு)
- விக்யான் பாரதி
(சுதேசி உணர்வுடன் அறிவியல் இயக்கம்)
- சிக்ஷா பாரதி
(தாழ்த்தப்பட்டோர், பெண்கள் கல்வி)
- ஏகல் வித்யாலயா
(மலைவாழ் மக்கள் பள்ளிகள்)

- சரஸ்வதி சிசு மந்திர் (SSM)
(குழந்தைகள் பள்ளிகள்)
- பாரதீய சிக்ஃஷன் மண்டல் (BSM)
(கல்வியில் இந்திய தன்மை)
- விவேகாணந்தா கேந்திரா
(பாரதத்தை விஷ்வகுரு ஆக்கிட
முனைதல்)
- ஆர்கனைசர், பாஞ்சஜன்யா, விஜயபாரதம,
ஹிந்துஸ்தான் சமாச்சார்
(பத்திரிக்கை துறை)
- விஷ்வ சம்வாத் கேந்திரா (VSK)
(ஊடகத் துறை)
- பாரத் திபெத் சஹாயக் மன்ச் (BTSM)
(திபெத் பிரச்னைகள்)
- பாரத் திபெத் மைத்திரி சங் (BTMS)
(இந்தியா திபெத் நட்புணர்வு சங்கம்)
- தேசிய மெடிகோஸ் அமைப்பு
(மருத்துவர்கள் அமைப்பு)
- விட்டா சலக்கர் பரிஷத் (VSP)
(நிதி ஆலோசகர் அமைப்பு)
- தீன் தயாள் சோத ஸமஸ்தான் (DDSS)
(கிராமபகுதிகள் முன்னேற்றம்)
- மை ஹொம் இந்தியா (MHI)
(வடகிழக்கு இந்திய மாநிலங்கள்
ஒருங்கிணைப்பு)

- ஹிந்து முன்னணி
  (தமிழ்நாட்டில் மத கலாசார அமைப்பு)
- ஹிந்து ஐக்கிய வேதி
  (கேரளத்தில் மத கலாசார அமைப்பு)
- ஜனஜாதி தர்ம சன்ஸ்கிருதி சுரக்ஷா மன்ச் (JDSSM)
  (அஸ்ஸாமில் மலைபகுதி மத கலாசார அமைப்பு)
- மற்றும் பற்பல அமைப்புகள்

மேலும் பெண்களுக்கான தனித்து இயங்கும் அமைப்பாக

- ராஷ்ர சேவிகா சமிதி (RSS)
  1936 இல் இருந்து செயல்படும் வரும் பெண்கள் அமைப்பு

- ஹிந்து ஸ்வயம்சேவக் சங் (HSS)
  (வெளிநாடுகளில் சங்கப் பணி)
- விஷ்வ ஹிந்து பரிஷத் (VHP)
  (இது உலக அளவிலும் கூட ஆன்மீகத்துறையில் இதே பெயரில் செயல் பட்டு வருகிறது)

www.ingramcontent.com/pod-product-compliance
Lightning Source LLC
LaVergne TN
LVHW100326210926
848480LV00003B/1270